“ನನ್ನೊಡಲ ಗೆಳತಿ”

ಅರ್ಪಣೆ

ಯಾವುದೇ ಸಂದರ್ಭದಲ್ಲೂ ಸ್ಥೈರ್ಯ ಕಳೆದುಕೊಳ್ಳದೆ
ಮೇರುಸ್ತಂಭದಂತೆ ನಿಂತ ನನ್ನಮ್ಮ ನಾಗಮ್ಮ ಪುಟ್ಟಸ್ವಾಮಿಯವರಿಗೆ
ಹಾಗೂ ಎಲ್ಲಾ ದಿಟ್ಟ ತಾಯಂದಿರಿಗೆ ಅರ್ಪಣೆ.

****

ಪ್ರಸ್ತಾವನೆ

ಡಾ|| ಶಶಿಕಲಾ ನುರಿತ ನೇತ್ರತಜ್ಞೆ. ಕಾರ್ನಿಯಾ ಸ್ಪೆಷಲಿಸ್ಟ್. ತಮ್ಮ ವೈದ್ಯಕೀಯ ಕಣ್ಣುಗಳಿಂದಷ್ಟೇ ಅಲ್ಲ ಅಂತಃಕರಣದ ಚಕ್ಷುಗಳಿಂದಲೂ ಜಗವನ್ನು ನೋಡಬಲ್ಲರು. ಅರಿಯಬಲ್ಲರು. ಅತ್ಯಂತ ಸಂವೇದನಾಶೀಲ ಮಾತೆಯಾಗಿ ಮತ್ತು ಒಬ್ಬ ಮನೋವೈಜ್ಞಾನಿಯ ನೆಲೆಯಲ್ಲೂ ತಮ್ಮ ಮತ್ತು ತಮ್ಮ ಮಗಳ ಬಾಂಧವ್ಯದ ಪರಿಯನ್ನು ಅನಾವರಣಗೊಳಿಸುತ್ತಾ ಹೋಗುವ ರೀತಿ ಅಪ್ಯಾಯಮಾನವೆನಿಸುತ್ತದೆ.

ಹೆಣ್ಣಿಗೆ ತಾಯಿಯಾಗುವುದು ಒಂದು ಅಪೂರ್ವ ಅನುಭವವಾದರೂ ಎಲ್ಲ ಹೆಣ್ಣುಮಕ್ಕಳ ವಿಷಯದಲ್ಲಿ ಇದು ಸತ್ಯವಾಗಿರುವುದಿಲ್ಲ ಎನ್ನುವುದನ್ನು ಲೇಖಕಿಯ ವೃತ್ತಿಯ ಒತ್ತಡದ ಬದುಕು ಬಿಚ್ಚಿಡುತ್ತದೆ. ಚೊಚ್ಚಲ ಬಸಿರಿನ ಸಂಭ್ರಮಕ್ಕೆ ಸ್ನಾತಕೋತ್ತರ ಪದವಿಗಾಗಿ ಅಧ್ಯಯನ ಮಾಡಬೇಕಾದ ಬಿಡುವಿಲ್ಲದ ದಿನಚರಿ, ಎರಡನೇ ಬಾರಿ ಗರ್ಭಿಣಿಯಾಗುವಾಗ ಮನೆಯ ಮಾಲೀಕರ ಕಿರುಕುಳದಿಂದಾಗುತ್ತಿದ್ದ ಮಾನಸಿಕ ಒತ್ತಡ — ಈ ಕಾರಣಗಳಿಂದಾಗಿ ಲೇಖಕಿ ಹೆಣಗಾಡುತ್ತಿದ್ದರೂ ತನ್ನೊಳಗಿನ ಶಿಶುವಿಗೆ ಅದರ ಹೊಡೆತ ತಾಗಬಾರದೆಂದು ಮಾಡುತ್ತಿದ್ದ ವಚನೋಪದೇಶ ಮುಂದಿನ ಅದರ ಬೆಳವಣಿಗೆಯ ಹಂತದಲ್ಲಿ ವಯಸ್ಸಿಗೆ ಮೀರಿ ಪರಿಪಕ್ವತೆಗೆ ಕಾರಣವಾಯಿತೆಂಬುದನ್ನು ಲೇಖಕಿ ಹಲವಾರು ಸಂದರ್ಭಗಳನ್ನು ಉಲ್ಲೇಖಿಸುವ ಮೂಲಕ ಪುಷ್ಟೀಕರಿಸುತ್ತಾರೆ.

ತಾಯಿಯಾಗುವವಳ ಮನಸ್ಥಿತಿ, ಹವ್ಯಾಸ, ಭಾವನೆ, ಚಿಂತನೆ ಇವೆಲ್ಲವೂ ಗರ್ಭಸ್ಥ ಶಿಶುವಿನ ಮೇಲೆ ಅಗಾಧವಾದ ಪರಿಣಾಮ ಬೀರುತ್ತದೆ ಎಂಬುದು ಪುರಾಣಗಳ ಕಾಲದಿಂದಲೂ ಸಿದ್ಧವಾಗಿರುವುದಲ್ಲದೆ ವೈದ್ಯಕೀಯ ವಿಜ್ಞಾನವೂ ಇದನ್ನು ಪ್ರಮಾಣೀಕರಿಸಿದೆ. ಮಗಳ ಮೈಬಣ್ಣದ ಕಾರಣದಿಂದಾಗಿ ಅವಳು ಕೀಳರಿಮೆಗೆ ಒಳಗಾಗದೆ ಅಂತಃಸತ್ವವನ್ನು ಬೆಳೆಸಿಕೊಂಡು ಸ್ವಾಭಿಮಾನಿಯಾಗುವಂತೆ ಬೆಳೆಸಿದ ಪರಿ ಬಹಳಷ್ಟು ಮಾತೆಯರಿಗೆ ಪಾಠವಾಗುವುದರಲ್ಲಿ ಸಂಶಯವಿಲ್ಲ.

ಸರಿಯಾಗಿ ಮಾತೂ ಕಲಿಯದ ಒಂದು ವರ್ಷದ ಎಳೆಯ ಕೂಸು ತಾಯಿ ನೋವಿನಿಂದ ನರಳುತ್ತಿದ್ದಾಗ ಮಾತ್ರೆಯ ಕಾರಣದಿಂದ ನಿದ್ರೆಯ ಮಂಪರಿನಲ್ಲಿ ಇದ್ದ ಒಂದು ಗಂಟೆಯ ಕಾಲ ತಾಯಿಯ ಮಂಚದ ಬಳಿಯೇ ವ್ಯಕ್ತಪಡಿಸಲಾರದ ಕಳವಳದಿಂದ ನಿಂತುಕೊಂಡೇ ತಾಯಿ ಎಚ್ಚರಗಾಗುವುದನ್ನೇ ಕಾಯುತ್ತಿದ್ದುದನ್ನು ಓದುವಾಗ ಹೃದಯತುಂಬಿ ಬರುತ್ತದೆ.

ಮಕ್ಕಳ ಕೋಮಲ ಮನಸ್ಸನ್ನು ಅರ್ಥಮಾಡಿಕೊಳ್ಳದ ಶಿಕ್ಷಕಿಯಿಂದ ಎಳೆಯ ಮನಸ್ಸುಗಳ ಮೇಲೆ ಆಗುವ ತೀವ್ರವಾದ ಪರಿಣಾಮವನ್ನೂ ಲೇಖಕಿ ಈ ಮೂಲಕ ಬಿಚ್ಚಿಡುತ್ತಾರೆ. ತಮ್ಮ ಮಗಳ ಅದ್ಭುತ ಕಲ್ಪನಾ ಶಕ್ತಿ, ಅವಳು ಕೇಳುವ ಬೆರಗು ಮೂಡಿಸುವ ಪ್ರಶ್ನೆಗಳಿಗೆ ಉತ್ತರಿಸಲು ತಡವರಿಸುವಂತೆ ಮಾಡಿದ ಪ್ರಸಂಗಗಳನ್ನು ಅರಿತಾಗ, ಮಕ್ಕಳು ಬರೀ ಹೂಂಗುಡಿಸುವ ಗೊಂಬೆಗಳಲ್ಲ. ಅವುಗಳ ಮನದಲ್ಲಿ ಹುಟ್ಟುವ ಜಿಜ್ಞಾಸೆಯನ್ನು ಪರಿಹರಿಸುವ ಶಕ್ತಿಯನ್ನು ತಂದೆತಾಯಿಗಳು ಬೆಳೆಸಿಕೊಳ್ಳಬೇಕಾಗುತ್ತದೆ ಎಂಬ ವಿಷಯದ ಕಡೆಗೂ ನಮ್ಮ ಗಮನವನ್ನು ಸೆಳೆಯುತ್ತಾರೆ.

ಮುಗ್ಧವಾಗಿಯೇ ನನಗೆ ಕುಡುಕಗಂಡ ಬೇಡ ಎನ್ನುವುದು, ಕೇವಲ ಎಂಟು ವರ್ಷದ ಬಾಲೆ ತಾಯಿಯ ಕಷ್ಟವನ್ನು ಅಳಿಸುವ ಹೃದಯವಿದೆ ಎನ್ನುವುದು, ಮಮ್ಮಿ ತನ್ನ ಜೀವನದಲ್ಲಿ ಉಪ್ಪಿನಂತೆ ಎಂದು ಹೇಳುವುದು (ಈ ಭಾವನೆಯಂತೂ ಬೆರಗು ಹುಟ್ಟಿಸುತ್ತದೆ), ತಾಯಿಯ ವೈದ್ಯಕೀಯ ವೃತ್ತಿಯ ಒತ್ತಡದಲ್ಲಿ ತನ್ನ ಓದಿನ ಬಗ್ಗೆ ತಾಯಿಗೆ ಯಾವ ಚಿಂತೆಯನ್ನೂ ಕೊಡಬಾರದೆಂಬ ಅದ್ಭುತ ಪ್ರಬುದ್ಧತೆ, ತಾಯಿಗೆ ಅರಿಯದಂತೆ ತಾಯಿಗೆ ಒಪ್ಪುವ ಉಡುಗೊರೆಗಳ ಖರೀದಿ — ಒಂದೇ ಎರಡೇ ಈ ಕೃತಿಯುದ್ದಕ್ಕೂ ತಾಯಿಯಾದವಳೊಬ್ಬಳು ತನ್ನ ಮಗಳ ಬಗ್ಗೆ ಹೆಮ್ಮೆಪಡಬಹುದಾದ ಹಲವಾರು ಪ್ರಸಂಗಗಳಿವೆ.

ತನ್ನ ವಯಸ್ಸಿಗೆ ಮೀರಿ ನಡೆ ನುಡಿಯಿಂದಲೇ ಮಗಳ ಸ್ಥಾನದಿಂದ ಕ್ರಮೇಣ ಗೆಳತಿಯ ಸ್ಥಾನಕ್ಕೆ ಏರಿದ ಪುಷ್ಕಲಾ — ಪ್ರಜ್ಞಾಳ ಸಹೃದಯತೆ, ಮಮತೆ, ಪ್ರಬುದ್ಧತೆ, ಸ್ನೇಹಮಯ ವ್ಯಕ್ತಿತ್ವ ಇವು ಕೃತಿಯ ಶೀರ್ಷಿಕೆಯನ್ನು ಬಹು ಸೂಕ್ತವೆನಿಸುವಂತೆ ಮಾಡಿವೆ. ಮನಸ್ಸಿಗೆ ಮುದ ಕೊಡುವ ಈ ತಾಯಿ ಮಗಳ ಸ್ನೇಹ ಬಾಂಧವ್ಯ ಎಲ್ಲರಿಗೂ ಮಾದರಿ ಎನ್ನಿಸದೇ ಇರದು. ತಾಯಿಯ ಹಂಬಲದಂತೆ ಮುಂದೆ ವೈದ್ಯಕೀಯ ವ್ಯಾಸಂಗವನ್ನೇ ಆರಿಸಿಕೊಂಡಿರುವ ಪುಷ್ಕಲಾ ಸಮಾಜಕ್ಕೆ ಉತ್ತಮ ಕೊಡುಗೆ ಸಲ್ಲಲಿ ಎಂದು ಪ್ರೀತಿ ಪೂರ್ವಕವಾಗಿ ಹಾರೈಸುವೆ.

ಡಾ|| ಶಶಿಕಲಾಗೆ ಬರೆಯುವ ಹಂಬಲವಿದೆ. ಅಭಿವ್ಯಕ್ತಿಯೂ ಹಿತವಾಗಿದೆ. ಈಕೆ ಉತ್ತಮ ನಿರೂಪಕಿಯಾಗಿ ಹೆಸರು ಮಾಡಿದ್ದಾರೆ. ಇವರ ಹಲವಾರು ಲೇಖನಗಳು ನಾಡಿನ ಹಲವಾರು ಪ್ರಸಿದ್ಧ ವಾರಪತ್ರಿಕೆ ಹಾಗೂ ದಿನಪತ್ರಿಕೆಗಳಲ್ಲಿ ಪ್ರಕಟವಾಗಿವೆ. ಕನ್ನಡ ಭಾಷೆಯನ್ನು ಬರವಣಿಗೆಯನ್ನು ಅತ್ಯಂತ ಪ್ರೀತಿಯಿಂದ ಆರಾಧಿಸುವ ಡಾ|| ಶಶಿಕಲಾ ನೇತ್ರತಜ್ಞೆಯಾಗಿ ಮೌಲ್ಯವಾದ ಹೆಸರು ಗಳಿಸಿರುವವರು.

ಪುಸ್ತಕ ರಚನೆಯಲ್ಲಿ ಇದು ಮೊದಲ ಪ್ರಯತ್ನವಾದರೂ ಇವರಿಂದ ಇನ್ನೂ ಹೆಚ್ಚಿನ ಕೃತಿಗಳನ್ನು ನಿರೀಕ್ಷಿಸಬಹುದು ಎಂಬ ಭರವಸೆಯನ್ನು ಈ ಪುಟ್ಟಕೃತಿ ಹುಟ್ಟಿಸುತ್ತದೆ. ಡಾ|| ಶಶಿಕಲಾ ಅವರ ಕೊಡುಗೆಗಳಿಂದ ಕನ್ನಡ ಸಾಹಿತ್ಯ ಲೋಕ ಶ್ರೀಮಂತವಾಗಲಿ ಎಂದು ಈ ಮೂಲಕ ಸ್ನೇಹ ಪೂರ್ವಕವಾಗಿ ಶುಭಕೋರುವೆ.

ಶ್ರೀಮತಿ. ರತ್ನಾ ಮೂರ್ತಿ

****

ಲೇಖಕಿಯಾಗುವಲ್ಲಿ ಮನದ ಮಾತುಗಳು!

“ತಂದೆ-ತಾಯಿ” ಎಂಬ "**ಪ್ರಮಾಣಪತ್ರ**"ದೊಂದಿಗೆ ಯಾರೂ ಹುಟ್ಟುವುದಿಲ್ಲ! ತಂದೆ ತಾಯಿಯಾಗಲು ಯಾವ ಅರ್ಹತಾ ಪರೀಕ್ಷೆಯೂ ಇಲ್ಲ. ಒಂದೆರಡು ಮಕ್ಕಳ ಸಲಹುವ ಅನುಭವದ ನಂತರ ಪೋಷಕರೆಂಬ ಬಿರುದು ಕೊಡುತ್ತಿದ್ದರೆ... ಸಮರ್ಪಕವಾಗಿತ್ತೇನೋ ಆದರೂ, ಒಂದು ಮಗುವಿಗೆ ಸಾಕೆನ್ನುವ ಪುಣ್ಯದ ಪರಿಸ್ಥಿತಿ ಭಾರತದ ಪ್ರಜೆಗಳದ್ದು! ಎಷ್ಟೋ ವಿಷಯಗಳನ್ನು ಮಕ್ಕಳನ್ನು ಬೆಳೆಸುತ್ತಾ.. ನಾವು ಸಹ ಪೋಷಕರ 'ಪಾತ್ರ'ದಲ್ಲಿ ಕಲಿತು ಬೆಳೆಯೋದು ಸುಳ್ಳಲ್ಲ! ವಾಸ್ತವದಲ್ಲಿ ಮಕ್ಕಳು ನಾವು ಅಂದುಕೊಂಡದ್ದಕ್ಕಿಂತ ಹೆಚ್ಚಿನ ಅದ್ಭುತವಾದ ಪಾತ್ರಗಳನ್ನು ನಮ್ಮ ಬಾಳಿನಲ್ಲಿ ನಿರ್ವಹಿಸಬಲ್ಲರು, ನಮ್ಮ ಬದುಕಿನ ಹಾದಿಯಲ್ಲಿ ಸಂತೃಪ್ತಿ-ನಗೆಯ ಹೂವ ಹಾಸಿ ಹಸನಾಗಿಸಬಲ್ಲರು.

ಭವಿಷ್ಯದ '**ನಿರೀಕ್ಷಾ ಪಥ**'ದಲ್ಲಿ....'**ಆಕಾಂಕ್ಷೆಯ ಕಿರಣ**'ಗಳ ಬೀಜ ಬಿತ್ತಬಲ್ಲವರು! ಹಾಗೆಂದ ಮಾತ್ರಕ್ಕೆ ಅವರು ನಮ್ಮ ಪಾಲಿಗೆ '**ವಿಮಾ ಯೋಜನೆ**'ಗಳಲ್ಲ ಆದರೂ, ಸರಿಯಾದ ಮಾರ್ಗ ತೋರಿದರಾಯ್ತು.. ನಮ್ಮ ಬಾಳಿಗೆ '**ಆಗರ್ಭ ಸೋಜುಗಗಳು**'!

ತಮ್ಮ ಮಕ್ಕಳ ಬಗ್ಗೆ ಮಾತನಾಡುವಾಗಲೆಲ್ಲ, ಏಕೋ ಏನೋ ಬಹುತೇಕ ತಂದೆ-ತಾಯಂದಿರ ಮನ ತನಗರಿವಿಲ್ಲದೆ ಬೀಗುತ್ತದೆ. ಎಲ್ಲರಿಗೂ ಅವರವರ ಮಕ್ಕಳು ಮುದ್ದು! ಅದಕ್ಕೆ ಹೇಳುವ ಮಾತು — '**ಹೆತ್ತವರಿಗೆ ಹೆಗ್ಗಣ ಮುದ್ದು**' ಅಂತ ಗಾದೆ ಹುಟ್ಟಿಕೊಂಡಿದ್ದು! ನನಗೆ ನನ್ನ ಮಗ ತುಂಬಾ ಮುದ್ದಾಗಿ ಕಾಣುವಾಗಲೆಲ್ಲ.... ನಾನು ನನ್ನ ಅಮ್ಮನಿಗೆ ಕೇಳುತ್ತಿದ್ದೆ... "ಅಮ್ಮ, ನನ್ನ ಮಗ ನಿಜಕ್ಕೂ ಅಷ್ಟು ಮುದ್ದಾಗಿದ್ದಾನಾ? ಇಲ್ಲಾ, ತಾಯಿಯಾದ್ದರಿಂದ ನನಗೆ ಮುದ್ದು ಅನ್ನಿಸ್ತಾನಾ?" ಅಂತ. ಹಾಗೆಲ್ಲ ಅಮ್ಮ ನಕ್ಕು ಸುಮ್ಮನಾಗುತ್ತಿದ್ದರು. ಆದರೆ, ಮರುದಿನ ಹೇಗೋ, ಏಕೋ ಅವನಿಗೆ ಜ್ವರ ಬಂದರೆ ಮಾತ್ರ... "**ತಾಯಿ ದೃಷ್ಟಿಯಷ್ಟು ಕೆಟ್ಟ ದೃಷ್ಟಿ ಮತ್ತೊಂದಿಲ್ಲ**" ಎಂದು ಹೇಳಿ ಮತ್ತಷ್ಟು ಗೋಜಿನಲ್ಲಿ ತೇಲಿಸುತ್ತಿದ್ದರು!!

ಒಂದಂತೂ ನಿಜ, ಮಕ್ಕಳ ವಿಷಯದಲ್ಲಿ ಬಹಳ ಅದೃಷ್ಟ ಮಾಡಿದ ತಾಯಿ ನಾನು. ಯಾಕಂದ್ರೆ ವಯಸ್ಸಿಗೆ ಮೀರಿದ ಪ್ರಬುದ್ಧತೆ ಹೊಂದಿದ ಮಗ ನನ್ನ ಪಾಲಿಗೆ ಮಾನಸಿಕವಾಗಿ ನೀಡುವನು ಸದೃಢ ಹೆಗಲು. ಗಾಂಭೀರ್ಯತೆ ಮೆರೆದರೂ.. ಅವನ ಹಸನಾದ ನಗೆ ನನ್ನಲ್ಲಿ ಭರವಸೆ ಹೊತ್ತು ತರುತ್ತದೆ. ಚಿಕ್ಕ ವಯಸ್ಸಿನವನಾದರೂ ತನ್ನ ತಂಗಿಯನ್ನು ತಿದ್ದಿ ತೀಡುವ ಚಾಣಕ್ಯನಾಗಿದ್ದ.

ಮಗಳ ವಿಷಯ ಹಾಗಲ್ಲ. ನೋಡಲು ಮುದ್ದು ಎಂಬುದಕ್ಕಿಂತ ಮಿಗಿಲಾಗಿ ಮತ್ತಾವುದೋ ಮಾಂತ್ರಿಕ ಶಕ್ತಿ ಅವಳಲ್ಲಿತ್ತು. ಅವಳು ಬೆಳೆದಂತೆಲ್ಲ ಅವಳ ಮುಗ್ಧತೆಯೋ, ಪ್ರಬುದ್ಧತೆಯೋ, ಅವಳ ಮಾತುಗಳೋ, ಮೌನಗಳೋ..., ಅವಳ ನೀತಿಯೋ, ರೀತಿಯೋ..... ಅವಳ ಕೋಪವೋ, ರಂಪವೋ..., ಅವಳ ಹಟಗಳೋ, ಇಲ್ಲಾ ದಿಟ್ಟಗಳೋ...., ಅವಳ ನೈಜತೆಯೋ, ನೈಪುಣ್ಯತೆಯೋ..., ಮನಸಿಗೆ ಮುಟ್ಟಿದ್ದು ಯಾವುದೊ ಅರಿಯೆ!

ಅವಳೊಡನೆ ಕಳೆದ ಎಲ್ಲ ಕ್ಷಣಗಳು ಅಚ್ಚಳಿಯದೆ ಇಂದಿಗೂ ಉಳಿದಿರುವಷ್ಟು..... ಮುದ್ದು ಅವಳಾಗಿದ್ದಳು! ಎಷ್ಟೋ ಬಾರಿ ಜೀವನದಲ್ಲಿ ನಾನು ಅವಳಿಗೆ ಕಲಿಸಿದದ್ದಕ್ಕಿಂತ ಹೆಚ್ಚು ನಾನು ಅವಳಿಂದ ಕಲಿತೆ ಎಂದರೆ ಅತಿಶಯವಲ್ಲ!! ಅವಳು ನನಗೆ ಮಗುವಾಗಿ ನೀಡಿದ ಸಂತಸ ಒಂದು ಬದಿಗಿಟ್ಟರೂ... ಬೆಟ್ಟದಷ್ಟು, ಮತ್ತೇನನ್ನೋ ಮೆಲುಕು ಹಾಕುವಷ್ಟು ನನ್ನಲ್ಲಿ ತುಂಬಿ ಇಟ್ಟಿದ್ದಾಳೆಂಬುದರ ಅರಿವು ಈ ಕೃತಿ ರಚನೆಗೆ ಅಡಿಪಾಯ!

ನನಗೆ ಬರೆಯುವಾಗ ಸಿಕ್ಕ ಆನಂದ ಓದುಗರಿಗೂ ಪಸರಿಸುವಂತಾದರೆ... ನನ್ನ ಈ ಪುಟ್ಟ ಪ್ರಯತ್ನ ಫಲಿಸಿದಂತೆ!

-ಡಾ. ಶಶಿಕಲಾ ಪುಟ್ಟಸ್ವಾಮಿ

****

ಪರಿವಿಡಿ

ಅಧ್ಯಾಯ ೧

"ನನ್ನೊಡಲ ಗೆಳತಿ"

ನನ್ನೊಡಲ ಕೂಸು, ಕಂದ, ಕುಡಿ,... ಹೀಗೆ ಹಲವಾರು ಶೀರ್ಷಿಕೆಗಳು ಈ ನನ್ನ ಲೇಖನಕ್ಕೆ ನನ್ನ ಲೇಖನಿ ಬರೆಯಿತಾದಾದರೂ, ನನ್ನ ಮನದ ಲೇಖನಿ ಬರೆದದ್ದು ಮಾತ್ರ '**ನನ್ನೊಡಲ ಗೆಳತಿ**' ಹೆಚ್ಚು ಸಮಂಜಸವೆನಿಸಿತು ಸಹ. ಯಾಕೆಂದರೆ ಇದುವರೆಗೂ ನನಗೆ ಅರ್ಥವಾಗಿಲ್ಲ... ನನ್ನ ಮಗಳು ನನಗೆ ತಾಯಿಯೋ, ಮಗಳೋ, ಗುರುವೋ, ಶಿಷ್ಯೆಯೋ.... ಆದರೆ, ಗೆಳತಿ ಎಂದೊಡನೆ ತುಟಿಕ್ ಪಿಟಕ್ ಎನ್ನದೆ ಒಮ್ಮೆಗೆ ಒಪ್ಪಿಕೊಳ್ಳುತ್ತೆ!. ಹೌದು, ಮಕ್ಕಳು ಬೆಳೆಯುತ್ತಾ ತಂದೆ-ತಾಯಿಗೆ ಬೇರೆಬೇರೆ ರೀತಿ ಕಾಣಿಸಿಕೊಳ್ಳಬಹುದು. ನನ್ನೊಡಲ ಮಗಳು ಮಾತ್ರ ಎರಡು ವರ್ಷದ ಮಗುವಿನಿಂದಲೇ ನನಗೆ ಪ್ರಪಂಚದ ಎಲ್ಲ ಬಂಧನಗಳ '**ಮೇಳ**' ಅನ್ನಿಸ್ತಾ ಇದ್ದದ್ದು '**ಮಮತೆಯ ಸೋಂಕಿ**'ನಿಂದಂತೂ ಅಲ್ಲ ಎಂಬುದು ನನಗಷ್ಟೇ ಅಲ್ಲ....... ಈ ಲೇಖನದ ಓದುಗರಿಗೂ ಅನಿಸಬಹುದು ಎಂಬ ಭರವಸೆ ನನ್ನದು.

ಮಧ್ಯಮ ವರ್ಗದ ಎಲ್ಲ ಹೆಣ್ಮಕ್ಕಳಿಗೂ ಗರ್ಭಿಣಿಯಾದಾಗ ಸಿಗೋ ಸುಖ ಅಷ್ಟಕ್ಕಷ್ಟೇ, ಆದರೆ, ವೈದ್ಯೆಯಾದ ನನಗೆ ಅಷ್ಟು ಕಷ್ಟ ಆಗಲ್ಲ ಅನ್ನೋ ನನ್ನ ನಂಬಿಕೆ ಬಹಳ ಬೇಗ ಸುಳ್ಳಾಯಿತು. ಮೊದಲ ಬಾರಿ ಗರ್ಭಿಣಿಯಾದಾಗ.. ನಾನು ಸ್ನಾತಕೋತ್ತರ ಪದವಿ ಓದುತ್ತಿದ್ದೆ. ಕಟ್ಟುನಿಟ್ಟಿನ ಓದಿನ ನಡುವೆ ತಾಯಿಯಾಗುವೆನೆಂಬ ಆನಂದವಲ್ಲ, ಅನುಭವ ಪಡೆಯಲಿಕ್ಕೂ ಪುರುಸೊತ್ತಿರಲಿಲ್ಲ. ಆದರೆ ಎರಡನೇ ಬಾರಿ ಗರ್ಭಿಣಿಯಾದಾಗ ಗವರ್ನ್ಮೆಂಟ್ ಕೆಲಸದಲ್ಲಿದ್ದು ಸಾಕಷ್ಟು ಸೆಟ್ಲ್ಡ್ ಫೀಲಿಂಗ್‌ನೊಂದಿಗೆ ಇರುತ್ತೇನೆ ಅಂತಂದುಕೊಂಡಿದ್ದೆ.

ಆಗಷ್ಟೇ ಸಂಪಾದಿಸಲು ಶುರು ಮಾಡಿದ್ದ ಸಮಯವದು.. ನಮ್ಮದೆಂಬ ಗೂಡಿಲ್ಲದ ಕಾಲವದು.. ಬಾಡಿಗೆ ಮನೆಯ ಪಾಡು ಅನುಭವಿಸದವಗೆ ಗೊತ್ತು. ಯಾವಾಗ ಹೊಸ ಕಿರಿಕಿರಿ ತಂದು ಮುಂದೆ ಇಡುವರೊ ಎಂಬ ಆತಂಕ ಅನುಕಾಲ ಇದ್ದೇ ಇತ್ತು.. ಆಗ ನಾವು ಮೂರನೇ ಮಹಡಿಯಲ್ಲಿದ್ದದ್ದು.... ನಾನೊಂದು ಬಗೆದರೆ, ಆ ಮನೆ ಮಾಲೀಕರು ಮತ್ತೊಂದು ಬಗೆಯುತ್ತಿದ್ದದ್ದು.... ಬೇಸರವೆನಿಸಿದರೂ... ನಿತ್ಯದ ಗೋಳು ಎನ್ನುತಾ ಹೊಂದಿಕೊಳ್ಳುವ ಅನಿವಾರ್ಯತೆ ಇತ್ತು. ಆದರೆ, ಅದರ ಬಿಸಿ.. ಗರ್ಭದಲ್ಲಿದ್ದ ನನ್ನ ಕಂದನಿಗೆ ತಟ್ಟಬಾರದೆಂದು ಯಾವಾಗಲೂ ಈ ವಚನವನ್ನು ಹಾಡ್ತಾ ಇದ್ದೆ....

“ಬೆಟ್ಟದ ಮೇಲೊಂದು ಮನೆಯ ಮಾಡಿ ಮಿಗುಗಾಳಿಗೆ ಅಂಜಿದೊಡೆ ಎಂತಯ್ಯಾ”!

ಅಧ್ಯಾಯ ೨

ಕೇಸರಿ ಹಾಲಿನ ಪ್ರಭಾವ

ಬಸುರಿಯರು ಕೇಸರಿಯನ್ನು ಹಾಲಿನಲ್ಲಿ ನೆನೆಸಿ ಕುಡಿದರೆ ಮಗು ಬೆಳ್ಳಗೆ ಕಾಶ್ಮೀರಿಯರಂತೆ ಹುಟ್ಟುತ್ತೆ ಅಂತ ನಂಬಿಕೆ ಇಲ್ಲದಿದ್ದರೂ... ಸೇವಿಸಿದಂತೂ ನಿಜ. ವೈಪರ್ಯಾಸವೆಂದರೆ ಹುಟ್ಟಿದ ಹೆಣ್ಣು ಮಗು ತನ್ನ ಅನುವಂಶಿಕ ಬಣ್ಣ ಹೊತ್ತುಕೊಂಡು ಬಂದರೆ ಅದರಲ್ಲಿ ತಪ್ಪೇನಿದೆ!!?? ಶುರುವಾಯಿತು..., "ಮಗ ಬೆಳ್ಳಗಿದ್ದಾನೆ, ಯಾಕೋ... ಹೆಣ್ಣುಮಗು ಕಪ್ಪಗೆ ಹುಟ್ಟಿದಳಲ್ಲ" ಅಂತ ಕೆಲವರು ಕನಿಕರ ತೋರಿದರೆ, ಮತ್ತೆ ಕೆಲವರು ಸಿಕ್ಕಿದ್ದೇ ಚಾನ್ಸ್ ಅಂತ ತಮ್ಮ ಮನಸೇಚ್ಛೆ ಬಾಯಿ ಚಪಲ ತೀರಿಸಿಕೊಂಡರು. "ಮಗುವಿಗೆ ಚೆನ್ನಾಗಿ ಅರಿಶಿಣ ಪುಡಿಯಿಂದ ಮುಖಕ್ಕೆ ತಿಕ್ಕಿ ಸ್ನಾನ ಮಾಡು" ಅಂತ ಕೆಲವರು, "ಬಹುಶಃ ಸಾಕಷ್ಟು ಕೇಸರಿ ಹಾಲಿಗೆ ಹಾಕಿರಲಿಕ್ಕಿಲ್ಲ ಅನಿಸುತ್ತೆ ಅಲ್ಲವಾ?" ಅಂತ ಕೆಲವರು, "ಹೋಗಿ ಹೋಗಿ ಹೆಣ್ಣುಮಗು ಕಪ್ಪಗೆ ಹುಟ್ಟಿತಲ್ಲ" ಅಂತ ಕೆಲವರು, ಸ್ವಂತದವರೇ ಒಂದಿಬ್ಬರು, "20 ಲಕ್ಷ ಇಟ್ಟುಕೊಂಡು ಬಿಡು ಮಗಳ ಮದುವೆಗೆ" ಅಂತ ಬಿಟ್ಟಿ ಸಲಹೆ ಸಹ ಕೊಟ್ಟರು!

"ಕಪ್ಪಗಿದ್ದರೆ ಏನು ಮುಖದ ಮೂಗು, ಕಣ್ಣು, ಬಾಯಿ ತಿದ್ದಿ ತೀಡಿದಂತಿದೆ" ಎಂದೂ ಹೇಳುತ್ತಾ, ನನ್ನಮ್ಮ ಮಾತ್ರ ಎಲ್ಲರ ಸಲಹೆಗಳನ್ನು ಚಾಚೂ ತಪ್ಪದೇ ಪಾಲಿಸುತ್ತಾ ಅವಳಿಗೆ ಅರಿಶಿಣ ಮಜ್ಜನ ಮುಂದುವರಿಸಿದರು. ಏನೇ ಆದರೂ ನನ್ನ ಮಗು ನನಗೆ ತುಂಬಾನೇ ಹಿಡಿಸಿತು (ಅವಳ ಮೇಲೆ ಕವನ ಬರೆವಷ್ಟು....). ಆದರೂ, ನನ್ನಲ್ಲಿದ್ದ ತಾಯಿ ಮಾತ್ರ ಈ ಮಾತುಗಳು ನಿನ್ನ ಕೂಸಿನ ಮನಸಿಗೆ ಮುಟ್ಟದಂತೆ ತಡೆ ಹಿಡಿ ಅಂತ ಹೇಳ್ತಾನೇ ಇತ್ತು. ಆದರೆ, ಸಮಾಜದಲ್ಲಿ ಬಾಳುವಾಗ ಇದು ಸಾಧ್ಯನಾ?? ಅನಿಸಿ ಸುಮ್ಮನಾದೆ. ಆದರೆ, ಆ ಒಂದು ಕ್ಷಣ... ನನ್ನ ಮಗು ನನ್ನ ಕೇಳುವವರೆಗೂ!!

ಆಗಿದ್ದಿಷ್ಟು... ಅಂದು ನನ್ನ ಸೋದರಮಾವ ತೀರಿಕೊಂಡಿದ್ದರಿಂದ ಮಗಳನ್ನು ಕರೆದುಕೊಂಡು ಹೋಗಲೇಬೇಕಾಯಿತು. ಎಲ್ಲರ ರೋಧನ ಸ್ವಲ್ಪ ತಣ್ಣಗಾಗ್ತಾ ಇರೋವಾಗ, ನನ್ನ ಮಗಳು ನಡುವೆ ನನ್ನನ್ನು ಸ್ವಲ್ಪ ಹೊರಬರುವಂತೆ ಕರೆದು, "ಮಮ್ಮಿ, ಇಲ್ಲಿರೋವರಲ್ಲಿ ತುಂಬಾ ಕಪ್ಪು ಅಂದರೆ ನಾನೇನಾ?" ಅಂತ ಕೇಳಿದಾಗ ಅವಳ ಆ ಮಾತುಗಳು ಆಗಷ್ಟೇ ಕೊಂಚ ಒಣಗಿದ್ದ ನನ್ನ ಕಣ್ಣುಗಳು ಮತ್ತೆ ತೋಯುವಂತೆ ಮಾಡಿತು. ನಮ್ಮ ಸುತ್ತಮುತ್ತಲಿನವರ ಅಣಕು ನುಡಿಗಳು ನನ್ನ ಪುಟ್ಟ ಕಂದಮ್ಮನ ಮೇಲೆ

ಹೀನಾಯವಾಗಿ ಪರಿಣಾಮ ತೋರೇಬಿಟ್ಟಿತ್ತು. ಅಂದೇ ನನ್ನಲ್ಲಿನ ತಾಯ್ತನ ಎದ್ದು ಬೋಧಿಸಲು ಶುರು ಮಾಡಿತು.

"ಹೊರಗಿನ ಬಿಳಿ ಬಣ್ಣದಿಂದ ಏನು ಪ್ರಯೋಜನವಿಲ್ಲ ಚಿನ್ನು, ಹೃದಯದ ಕನಿಕರದ ಕಣ್ಣು ಮನುಜನಿಗೆ ಬೇಕಾದದ್ದು. ಯಾವ ಕಾರಣಕ್ಕೂ ಬಾಹ್ಯ ಸೌಂದರ್ಯಕ್ಕೆ ಕೊರಗಬೇಡ. ಮಾನವೀಯತೆಯಲ್ಲಿ ಎಷ್ಟು ಎತ್ತರಕ್ಕೆ ಬೆಳಿತೀಯೋ ಅದರಿಂದ ಜನ ನಿನ್ನ ಗುರುತಿಸ್ತಾರೆ. ಯಾರಾದರೂ ನಿನ್ನ ಬಣ್ಣದ ಬಗ್ಗೆ ಮಾತಾಡಿದ್ರೆ ತಲೆ ಕೆಡಿಸಿಕೊಳ್ಳಬೇಡ. ನಾನು ನಿನ್ನ ಜೊತೆಯಿದ್ದೀನಿ. ನೀನು ಮುಂದೊಂದು ದಿನ ಬಹಳ ದೊಡ್ಡ ವ್ಯಕ್ತಿಯಾಗಿ ಬೆಳಿತೀಯ" ಅಂತ ಹೇಳ್ತಾ ಬೆಳೆಸಿದೆ. ಹೀಗಂದ ಮಾತ್ರಕ್ಕೆ ಅವಳೇನು ಕಡು ಕಪ್ಪು ಅಲ್ಲ, ತುಸು ಎಣ್ಣೆಗೆಂಪು ಅಷ್ಟೆ; ಹರೆಯ ಬಂದಂತೆ ಹೊಳಪು ಏರಿ ಇಂದು ಅವಳು ಒಮ್ಮೆ ಕಪ್ಪಗಿದ್ದಳೆಂಬುದನ್ನೇ ಮರೆತುಬಿಟ್ಟಿದ್ದೇನೆ. ಆದರೆ, ಅಂದಿನ ಸಮಾಜದ ಕಿಡಿನುಡಿಗಳ ನಡುವೆ ಅವಳೊಬ್ಬಳು ಸ್ವಾಭಿಮಾನಿ, ರೂಪಕ್ಕಾಗಿ ಬೀಗದ, ಬಣ್ಣಕ್ಕಾಗಿ ಕುಗ್ಗದ ಪರಿಪೂರ್ಣ ವ್ಯಕ್ತಿಯಾಗಿದ್ದಾಳೆ ಅಂತ ಬಹಳ ಹೆಮ್ಮೆಯಿಂದ ಹೇಳ್ತೀನಿ

(ಆಗ, ಅಂದರೆ ಹದಿನೆಂಟು ವರ್ಷಗಳ ಹಿಂದೆ ಬರೆದ ಕವನ....)

"ಜೋ ಜೋ... ಲಾಲಿ"

ಮುದ್ದು ಕಂದಮ್ಮ ಮಲಗು
ಮುದ್ದಿನ ಕಣ್ಣಮ್ಮ.. ಮಲಗು
ಜೋ ಜೋ.. ಲಾಲಿ ಜೋಜೋ..

ನಿನ್ನ ಹಾಲೆನ್ನೆ ಮಾಡಿದೇ ಮೋಡಿ
ಹರಸುತ ಮನದಿ ಹರುಷದ ಕೋಡಿ
ನೀ ಜೋಳಿಯಲ್ಲಿ ಆಡೋ ಪರಿ ನೋಡಿ
ಮಯೂರ ನಲಿದಿಹ ಗರಿಗೇರಿ!

ನಿನ್ನ ಮೆತ್ತನೆ ಮೈಗೆ ಬೆರಗಾಗಿ
ಚಂದಿರ ತೊಡಿಸಿದ ಬೆಳ್ಳದಿಂಗಾಗಿ
ಪುಟ್ಟ ಕಣ್ಣು ಮಿಂಚಿಗೆ ಮರಳಾಗಿ
ಚುಕ್ಕಿ ಚೆಲಾಟಿದ ಮಿನುಮಿನುಗಿ

ನಿನ್ನ ನಿದ್ರೆಯ ಮಂಪರ ನಗೆಯಾಗಿ
ನೇಸರ ಸರಿದಿಹ ಮರೆಯಾಗಾಗಿ
ನಿನ್ನ ಸುಖ ನಿದ್ರೆಯ ನೀರವವಾಗಿ
ಗೂಡ ಸೇರಿವೆ ಹಕ್ಕಿ ಮೌನವಾಗಿ!

ನಿನ್ನ ತೊಟ್ಟಿಲ ತೂಗುವ ಸಲುವಾಗಿ
ಎಳೆಗಾಳಿ ತೀರಿದೆ ಹದವಾಗಿ
ನಿದ್ರಿಸೋ ಕಂದನ ಸೊಬಗು ಸೆಳೆವಲಿ
ಕಂಪ ಬೀಸಿಹಳ ಸೂಸಿಮಳಲ್ಲಿ!

ಮುದ್ದು ಕಂದಮ್ಮ ಮಲಗು
ಮುದ್ದಿನ ಕಣ್ಣಮ್ಮ.. ಮಲಗು
ಜೋ ಜೋ.. ಲಾಲಿ ಜೋಜೋ..

ಅಧ್ಯಾಯ ೭

“ಒಂದುವರೆ ಗಂಟೆಯ ತಪಸ್ಸು”!!

ನನಗೆ ಕೆಲಸದ ಒತ್ತಡದಿಂದ ಆಗಾಗ ಬೆನ್ನು-ಕತ್ತಿನ ಮೂಳೆಯ ಸ್ನಾಯು ಸೆಳೆತ ಕಾಡುತ್ತಿತ್ತು. ಒಂದು ಮುಂಜಾನೆ ಎಲ್ಲರೂ ಗಾಢ ನಿದ್ರೆಯಲ್ಲಿ ಇದ್ದಾಗ... ನನ್ನ ಕಾಡಲು ಶುರುವಾಯ್ತು ವಿಪರೀತವಾದ ಕತ್ತಿನ ನೋವು, ಎಷ್ಟರ ಮಟ್ಟಿಗೆಂದರೆ ಸ್ವಲ್ಪ ಜೋರಾಗಿ ಉಸಿರಾಡಿ ಅಲುಗಾಡಿದರೂ ಸಾವೇ ಹತ್ತಿರ ಬರುತ್ತೇನೆನೋ ಅನ್ನುವಷ್ಟು!! ಡ್ಯೂಟಿಗೆ ರಜೆ ಹಾಕೋ ನೆನಪು ಇಲ್ಲದಂತೆ ಅಳುತ್ತಾ ಮಲಗಿದ್ದ ನನ್ನ ಕಂಡು, ನನ್ನ ಗಂಡ ತಕ್ಷಣ ಅವರ ಪರಿಚಯದ ಫಿಸಿಯೋಥೆರಪಿಸ್ಟ್ ಒಬ್ಬರನ್ನು ಕರೆಸಿ ಸುಮಾರು ಒಂದು ಗಂಟೆ ಅಲ್ಟ್ರಾಸೌಂಡ್ ಮಸಾಜ್ ಮಾಡಿಸಬೇಕಾಯಿತು. ಅದರ ನಂತರವೂ ಹಾಸಿಗೆಯಿಂದಂತೂ ಏಳಲಾಗಲಿಲ್ಲ. ಆದರೆ, ನೆಮ್ಮದಿಯಾಗಿ ಉಸಿರಾಡುತ್ತಾ ಮಲಗಲು

ಸಾಧ್ಯವಾಯಿತು. ನಿದ್ರೆಯ ಮಂಪರಿನ ಇಂಜೆಕ್ಷನ್ ಸಹ ಚುಚ್ಚಲಾಯಿತು. ಕೊನೆಗೂ, ಮತ್ತೆರಡು ಗಂಟೆಗಳ ಕಾಲ ನಿದ್ರೆಯ ಮಂಪರಿಗೆ ಜಾರಿದೆ.

ಸ್ವಲ್ಪ ಎಚ್ಚರವಾದಾಗ... “ಅಮ್ಮಾ” ಎಂದು ಕೂಗಿದೆ, ಮಗ್ಗಲು ತಿರುಗಲೂ ಸಹ ಭಯವಾಗಿ. ಹತ್ತಿರದಲ್ಲೇ ಎಲ್ಲಿಂದಲೋ, “ಮಮ್ಮಿ.....” ಅಂತ ಒಂದು ಪುಟ್ಟ ಧ್ವನಿ ಕೇಳಿತು. ಅಷ್ಟರಲ್ಲಿ, ಅಡಿಗೆ ಮನೆಯಿನಿಂದ ಹೊರ ಬಂದ ಅಮ್ಮ, “ಎದ್ಯಾಮ್ಮಾ, ನೋಡು... ನಿನ್ ಮಗಳು ಎಷ್ಟು ಹೇಳಿದರೂ ಕೇಳದೆ... ನಿನ್ ಮಂಚದ ಪಕ್ಕನೇ ನಿಂತುಕೊಂಡಿದ್ದಾಳೆ, ಒಂದುವರೆ ಗಂಟೆಯಿಂದ ಒಂದೇ ಸಮನೆ!” ಮೆಲ್ಲಗೆ ತಿರುಗಿ ನೋಡಲು..... ಮಂಚಕ್ಕಿಂತ ಕಡಿಮೆ ಎತ್ತರದ ಒಂದುವರೆ ವರ್ಷದ ನನ್ನ ಮಗಳು ಅಮ್ಮನಿಗೆ ಏನೋ ಆಗಿಬಿಟ್ಟಿದೆ ಎಂಬ ದಿಗಿಲಿಗೆ ಸಪ್ಪಗೆ ಅಲ್ಲೇ ನಿಂತಿದ್ದಳು.

ನನ್ನ ಕಣ್ಣಲ್ಲಿ ಸುರಿಯಿತು ನೀರು... ನನ್ನ ಕುತ್ತಿಗೆಯ ನೋವನ್ನು ತೊಳೆವಂತೆ! ಮನದಲ್ಲೇ ಉಳಿಯಿತು... ನನ್ನ ಮಗಳ ಒಂದುವರೆ ಗಂಟೆಯ ಆ ತಪಸ್ಸು!!

****

ಅಧ್ಯಾಯ ೪

'ಮೊದಲ ಎಲೆ ಊಟ'

ಮೊದಲ ಬಾರಿ ಪರಿಚಿತರೊಬ್ಬರ ಮದುವೆ ರಿಸೆಪ್ಷನ್‌ಗೆಂದು ನನ್ನ 2 ವರ್ಷದ ಮಗಳನ್ನು ಕರೆದುಕೊಂಡು ಹೋಗಿದ್ದೆ. ಊಟಕ್ಕೆ ಸಾಮಾನ್ಯವಾಗಿ ನೂರಾರು ನಖರಗಳ ತೋರೋ ಮಕ್ಕಳನ್ನು ಸುಧಾರಿಸುತ್ತಾ... ತಮ್ಮ ಊಟ ಮರೆವ ತಾಯಿಗಳನ್ನು ನೋಡಿದ್ದ ನಾನು ಅಂದೂ, ಬಹುಶಃ ನನಗೂ ಅಲ್ಲಿ ಊಟ ಮಾಡಲಾಗದಿರುವ ಸಾಧ್ಯತೆ ಆಲೋಚಿಸಿ... ಮನೆಗೆ ಹಿಂತಿರುಗಿ ಮೊಸರನ್ನ ತಿಂದರಾಯಿತೆಂದು ಮೊದಲೆ ತೀರ್ಮಾನ ಮಾಡಿಕೊಂಡೆ ಹೋಗಿದ್ದೆ.

ಆದರೂ, ಊಟದ ಟೇಬಲ್ ಬಳಿ ಹೋದ ಮೇಲೆ..... ಆಶ್ಚರ್ಯವೆಂಬಂತೆ ಅವಳೊಬ್ಬಳೇ ಚೇರೊಂದನ್ನು ಅಲಂಕರಿಸಿದಾಗ.... "ಓಹೋ, ನನ್ ಮಗಳು ಅನ್ಯರಂತಲ್ಲ" ಅಂತ ಸ್ವಲ್ಪ ಬೀಗಿತು ಈ ತಾಯಿ ಮನ! ಇನ್ನೂ ಆಶ್ಚರ್ಯವೆಂದರೆ... ಬಡಿಸಿದ ಅಷ್ಟು ಊಟದ ಐಟಂಗಳಿಗೆ ಆಕ್ಷೇಪಿಸದೆ ತೆರೆದ ಕಣ್ಣುಗಳಿಂದ ನೋಡುತ್ತಾ... ಅವಳು ಸುಮ್ಮನಿದ್ದದ್ದು! ಆದರೂ, "ಚಿನ್ನು, ಇದನ್ನೆಲ್ಲ ತಿನ್ತೀಯಾ ಕಂದ?" ಅಂತ ಕೇಳಿದಾಗ ಸಹ ಬಡಿಸಿಕೊಳ್ಳುತ್ತಾ... ಸುಮ್ಮನಿದ್ದದ್ದು ಅಚ್ಚರಿ ಅನ್ನಿಸ್ತು! ಎಲ್ಲರೂ ಊಟ ಶುರು ಮಾಡಲು, ನಾನು ಖುಷಿಯಿಂದ ಊಟಕ್ಕೆ ಕೈ ಹಾಕಿದೆ, ತುತ್ತು ಬಾಯಿಗಿಡೋ ಮೊದಲು ಅವಳತ್ತ ನೋಡಿ... "ತಿನ್ನು" ಅಂತ ಕಣ್ಣಲ್ಲೇ ಸೂಚಿಸಿದೆ. ಆಗ ಅವಳು....

"ಮಮ್ಮಿ, ಇದಲ್ಲ ಬೇಡ... ಚಿಕನ್ ತರಲು ಹೇಳು" ಅನ್ನೋದೇ!??

"ಇದು ಮದುವೆ ರಿಸೆಪ್ಷನ್, ಚಿಕನ್ ಇರಲ್ಲ. ಬೀಗರ ಊಟಕ್ಕೆ ಹೋದಾಗ ಕೊಡಿಸ್ತೀನಿ" ಎಂದು ಸಮಾಧಾನ ಮಾಡೋವಷ್ಟರಲ್ಲಿ, ಬೀಗುತ್ತಿದ್ದ ತಾಯಿ ಮನ ಮಾತಾಡಿ ಮಾತಾಡಿ ಮಾಗಿ ಹೋಗಿದ್ದಂತೂ ನಿಜ!

****

ಅಧ್ಯಾಯ ೫

"ಗಯ್ಯಾಳಿ ಗೊಂಬೆ"!!

ನೋಡಲು ಗುಂಡು ಗುಂಡಾಗಿ ಗೊಂಬೆಯಂತಿದ್ದ ನನ್ನ ಕೂಸನ್ನು ಒಮ್ಮೆ ಮೆಡಿಕಲ್ ಸಮ್ಮೇಳನಕ್ಕೆ ಜೊತೆಯಲ್ಲೇ ಕರೆದುಕೊಂಡು ಹೋಗಲೇಬೇಕಾಯಿತು. ಆಗ ಇನ್ನೂ ಎರಡುವರೆ ವರ್ಷದ ಮಗು. ಬಸ್ಸಿನಲ್ಲಿ ಮಂಗಳೂರಿಗೆ ಹೋಗೊ ದಾರಿ ಒಂತರ ಮೂರೆ ಚಕ್ರದ ಮೇಲೆ ಓಡೋ ಆಟೋ ರಿಕ್ಷಾ ಪ್ರಯಾಣದಂತಿತ್ತು.... ಘಾಟ್ ಸೆಕ್ಷನ್ ಆಗಿರೋದರಿಂದ! ರಾತ್ರಿ ಪ್ರಯಾಣ ಬೇರೆ.

ಬೆಳಿಗ್ಗೆ ನನಗೆ ಸಮ್ಮೇಳನ ಇದೆ ಅಂತ ಜೋಂಪು ಸ್ವಲ್ಪ ಹೊತ್ತಾದ್ರೂ ನಿದ್ರೆ ಮಾಡೋಣ ಅಂತ ಅಂದ್ಕೊಂಡು ನಿದ್ರೆಗೆ ಜಾರಿದಾಗಲೆಲ್ಲ ಮಗಳನ್ನು ಮಡಿಲಲ್ಲೇ ಮಲಗಿಸಿಕೊಂಡಿದ್ದ ನನ್ನ ಕೈಗಳು ಸಡಿಲಗೊಂಡು ಮಗು ನಿದ್ರೆಯಿಂದ ಹೊರಬರುತ್ತಿದ್ದಳು. ಗೊಂಬೆಯಂತೆ ನಿದ್ರಿಸುತ್ತಿದ್ದ ನನ್ನ ಮಗಳು ನಿದ್ರೆ ಕೆಟ್ಟ ಕೋಪಕ್ಕೆ,

"ಸರಿಯಾಗಿ ಹಿಡ್ಕೋಳೆ ಶಶಿ, ಸರಿಯಾಗಿ ಹಿಡ್ಕೋ!" ಅಂತ ಕಿರುಚಿದಾಗ ಅಕ್ಕಪಕ್ಕದವರ ನಿದ್ರೆಗೆ ಭಂಗ!!

ಕೆಲವರ ಮುಖದಲ್ಲಿ ಅಸಮಾಧಾನದ ಕೆಂಡಗಳು ಕುಣಿಯುವಂತೆ ಕಂಡವರೂ... ಕೆಲವರ ಮುಖದಲ್ಲಿ ಅವಳ ಆ ಕೋಪದ ಮಾತುಗಳು ಸಹ ಮುದ ನೀಡಿದ್ದು.. "ಗಯ್ಯಾಳಿ ಗೊಂಬೆ" ಎಂಬ ಬಿರುದಿಗೆ ನಾಂದಿ ಹಾಡಿತು.

ಅಧ್ಯಾಯ ೬

"ಬೇಡ ಪರದೇಶದ ಪರದಾಟ"!!

ಸುಮಾರು ನಲ್ವತ್ತು ಐವತ್ತು ವರ್ಷಗಳ ಹಿಂದಿನಿಂದ.... ಬಹುಶಃ ಇಂದಿಗೂ ಚಾಲ್ತಿಯಲ್ಲಿರುವ ಸಂಪ್ರದಾಯವೆಂದರೆ.... ಪ್ರತಿಭಾ ಪಲಾಯನ!! ನನಗೂ ಪರದೇಶದ ಪದವಿಗಳು ಬೇಕು ಆದ್ರೆ, ಅಲ್ಲಿ ಹೋಗಿ ಬದುಕುವುದು ಬೇಡವಾಗಿತ್ತು. ಸ್ನಾತಕೋತ್ತರ ಪದವಿ ಪಡೆದು ಸರ್ಕಾರಿ ನೌಕರಿ ಸಿಕ್ಕಾಗ... ಆಹಾ... ಅದೇನು ಸಂತೋಷ! ಆದರೆ, ಅದರ ಮೇಲೆ ಆಗಾಗ ತಣ್ಣೀರು ಸಿಂಪಡಿಕೆ ಆಗ್ತಾ ಇತ್ತು. ಯಾಕಂದ್ರೆ, ವೈದ್ಯ ವೃತ್ತಿಯಲ್ಲಿದ್ದ ನನ್ನ ಮತ್ತು ನನ್ನ ಪತಿಯ ಸಂಬಳಕ್ಕಿಂತ ಮೆಡಿಕಲ್ ಟ್ರಾನ್ಸ್‌ಕ್ರಿಪ್ಷನ್ ಮಾಡುತ್ತಿದ್ದ ಸೋದರ ಸಂಬಂಧಿಗೆ ನಮಗಿಂತ ಮೂರ್ ಪಟ್ಟು ಅಂದರೆ, ನಮ್ಮಿಬ್ಬರ ಸಂಬಳ ಸೇರಿದ್ದರೂ ಮೀರಿ ದೊರೆಯುತ್ತಿದ್ದುದು ಸ್ವಲ್ಪವೂ ಅಸಮಾಧಾನವನ್ನ ತರಲಿಲ್ಲ ಎಂದರೆ ಅಪ್ಪಟ ಸುಳ್ಳಾದೀತು.

ಹಾಗಾಗಿ ಹೊರ ದೇಶಕ್ಕೆ ಹೋದರೆ?? ಎಂಬ ಆಲೋಚನೆ ಬಂತು. ನನ್ನ ಪತಿ ಒಂದು ಸಂದರ್ಶನಕ್ಕೆ ಹೋದಾಗ, ನಾನೂ ಸಹ ಜೊತೆಯಲ್ಲಿ ಮಕ್ಕಳೊಂದಿಗೆ ಹೋಗಿದ್ದೆ ಹೇಗೋ ಒಂದು ಪ್ರವಾಸವಾಗುತ್ತೆಂದುಕೊಂಡು. ಆದರೆ, ನನ್ನ ವಿದ್ಯಾಭ್ಯಾಸದ ಬಗ್ಗೆ ಸಂದರ್ಶಕರು ವಿಚಾರಿಸಿ ತಿಳಿದುಕೊಂಡ ಮೇಲೆ, ನನಗೂ ಸೇರಿಸಿ ವಿದೇಶದಲ್ಲಿ ಕೆಲಸಕ್ಕೆ ಆಹ್ವಾನಿಸಿದರು.

ಅರೆ ಮನಸಿನಿಂದ... "ಹೂಂ" ಎನ್ನಲು ಸಿದ್ಧಳಾದೆ. ಅರೆ ಮನಸು ಯಾಕಂದ್ರೆ, ಕಡಿಮೆ ಸಂಬಳವಾದರೂ... ಸರ್ಕಾರಿ ವೃತ್ತಿಯಲ್ಲಿ ನನಗೆ ಬಹಳ ದೊಡ್ಡ ತೃಪ್ತಿ ಸಿಕ್ಕಿತ್ತು. ಅದರಲ್ಲೂ, ಕಣ್ಣಿನ ಆಪರೇಶನ್ ಮಾಡಿಸಿಕೊಂಡವರ ಮುಖದಲ್ಲಿ ದೃಷ್ಟಿ ಸಿಕ್ಕಾಗ ಉಕ್ಕುವ 'ಖುಷಿಯ ನಗು' ನನ್ನನ್ನು ಅಗಾಧವಾಗಿ ಬಂಧಿಸಿತ್ತು. ಆದರೆ, ಸಂಪಾದನೆ ಸಾಕಷ್ಟಿಲ್ಲ ಎಂಬ ಕೊರಗು ಮಾತ್ರ ಕಾಡುತಾ ನನ್ನ ಬೆನ್ನ ಹಿಂದೆ ನಿಂತಿತ್ತು. ಅದೇ ತೊಳಲಾಟದಲ್ಲಿರಲು... ಅಂದು, ಒಂದು ಮಹತ್ವದ ತೀರ್ಮಾನ ಕೈಗೊಳ್ಳಬೇಕಿತ್ತು. ಅದು ಮಕ್ಕಳನ್ನು ಜೊತೆಗೆ ಕರೆದುಕೊಂಡು ಹೋಗುವುದೋ ಬೇಡವೋ ಎಂಬುದು. ಮಗನಂತು, "ನೀವ್ ಹೋಗಿ, ಸೆಟಲ್ ಆಗಿ , ಆಮೇಲೆ ನಮ್ಮನ್ನ ಕರೆಸಿಕೊಳ್ಳಿ" ಎಂದಾಗಿತ್ತು. ಇನ್ನೂ ಉಳಿದಿದ್ದು ಮಗಳು. ಅವಳು ಓಕೆ ಎಂದರೆ ಎಂಬ ಯೋಚನೆಯಲ್ಲಿ ನಿದ್ರೆ ಬಾರದಿರಲು.. ನನ್ನನ್ನೇ ಗಮನಿಸುತ್ತಿದ್ದ ನನ್ನ ಮಗಳು....

"ಮಮ್ಮಿ, ನನಗೆ ದೊಡ್ಡ ಕಾರು, ಬಂಗಲೆ, ಒಡವೆ ಏನೂ ಬೇಡ. ನೀವು ಮಾತ್ರ ನನ್ನ ಜೊತೆಗೆ ಇರಿ ಪ್ಲೀಸ್" ಗೋಗರೆಯುವ ಧ್ವನಿಯಲ್ಲಿ ಬೇಡಿದಾಗ... ತಕ್ಷಣವೇ ಮನಸು ಖುಷಿಯಿಂದಲೇ ಸಾರಿ ಹೇಳಿತು... **ಏಕೆ ಬೇಕು ಪರದೇಶದ ಪರದಾಟ**!!

****

ಅಧ್ಯಾಯ ೭

"ಶಿಕ್ಷಣದ ಶಿಕ್ಷೆ"

ಎರಡು ವರ್ಷ ಆಗ್ತಾನೇ ಮಕ್ಕಳನ್ನು ಪ್ರೀ-ನರ್ಸರಿಗೆ ಹಾಕೋ ಸಂಪ್ರದಾಯವೇನೋ ಇದೆ. ಎಷ್ಟರ ಮಟ್ಟಿಗೆ ಸರಿ? ಅನ್ನುತ್ತೆ. ಆದ್ರೆ, ಆಯ್ತು, ಮಕ್ಕಳು, ಪ್ರೀತಿ ಅಂತ ಮನೆಯಲ್ಲೇ ಇಟ್ಟುಕೊಳ್ಳೋಕೂ ಆಗಲ್ಲವಲ್ಲ. ಶಾಲೆಗೆ ಅವಳನ್ನು ಕಳಿಸಲು ನನಗೆ ಭಯ ಕಾಡ್ತಿತ್ತು ಯಾಕಂದ್ರೆ, ಅವಳ ತಂಟೆಗೆ ಯಾರಾದರೂ ಹೋದರೆ ಅವರಿಗೆ ತಾನೆಷ್ಟು ಜೋರಾಗಿ ಗಿಲಿಬಲ್ಲೆ ಅಂತ ಬಹಳ ಚೆನ್ನಾಗಿ ಪರಿಚಯಿಸ್ತಾ ಇದ್ದಳು. ಅದಕ್ಕೆ, ನಾನ್ ನನ್ನ ಮಗಳನ್ನು ಎಷ್ಟೋ ಬಾರಿ "ಗಿಲಿ ಸ್ಪೆಷಲಿಸ್ಟ" ಅಂತಾನೇ ಕರೆಯುತ್ತಿದ್ದದ್ದು. ಒಂದ್ವೇಳೆ, ಪ್ರತಿದಿನ ನನ್ನ ಮಗಳು ಒಬ್ಬೊಬ್ಬರಿಗೆ ಗಿಲ್ತಾ ಬಂದರೆ, ದಿನಾ ಶಾಲೆಗೆ ಹೋಗಿ ಅಲ್ಲಿಂದ ಬರುವ ದೂರುಗಳನ್ನ ಎಷ್ಟೋಆಲಿಸಬೇಕೋ ಎಂಬ ಯೋಚನೆಯಿಂದ... ಆದ್ರೂ ಸರಿ, ಮನೆಯ ಬಳಿಯೇ ಇದ್ದ ಶಾಲೆಗೆ ಸೇರಿಸಿದೆ. ಅಷ್ಟೇನೂ ತೊಂದರೆ ಕೊಡದೆ ಶಾಲೆಗೆನೋ ಹೋಗ್ತಿದ್ದ ನನ್ನ ಮಗಳು ಅಲ್ಲಿ ಕಲಿತ ಇಪ್ಪತ್ತೋ ಮೂವತ್ತೊ ರೈಮ್ಸ್‌ಗಳನ್ನು ಒಂದಾದ ಮೇಲೆ ಒಂದರಂತೆ ಪಟಪಟನೆ ಹೇಳ್ತಾ ಪ್ರತಿ ರಾತ್ರಿ ನನಗೆ ನಿದ್ರಿಸುವಂತೆ ಮಾಡ್ತಾ ಇದ್ದದ್ದು ನಿಜ.

ಆದರೆ, ಆ ದಿನಗಳು ಆಗಾಗ ಆರೋಗ್ಯ ತಪ್ಪಿ ದಿನೇ ದಿನೇ ಸ್ವಲ್ಪ ಸ್ವಲ್ಪನೇ ಮಂಕಾಗುತ್ತಿದ್ದುದು ನನ್ನ ಗಮನಕ್ಕೆ ಬಂದದ್ದು ಅವಳನ್ನು ಶಾಲೆಯಿಂದ ಲೇಟಾಗಿ ಕರೆತರುತ್ತಿದ್ದ ಆಯಾ ನನಗೆ ಬಂದು ಹೇಳಿದಾಗ...

"ನಿಮ್ ಮಗಳು ಸ್ಕೂಲಲ್ಲಿ ಬಾಯೇ ಬಿಡಲ್ಲವಂತೆ, ಅದಕ್ಕೆ ಅರ್ಧ ಗಂಟೆ ಲೇಟಾಗಿ ಕಳಿಸ್ತಾರೆ ದಿನಾ!!" ಆಶ್ಚರ್ಯ ಆಯ್ತು. ಸ್ಕೂಲ್‌ಗೆ ಹೋಗಿ ಕೇಳಿದಾಗ ತಿಳಿಯಿತು... ಅವಳು ಅಲ್ಲಿ ಯಾವಾಗಲೂ ಮಂಕಾಗೇ ಇರ್ತಾಳೆ ಅಂತ. ಅದರ ಮೂಲಕ್ಕೆ ಹೋದಾಗ ತಿಳಿಯಿತು... ಅಲ್ಲಿದ್ದ ಹಳೆಯ ಟೀಚರೊಬ್ಬರನ್ನು ಶಾಲೆಯಿಂದ ಹೊರ ಹಾಕಲಾಗಿತ್ತು. ಅವರು ಮಕ್ಕಳಿಗೆ ಪನಿಷ್ಮೆಂಟ್ ಕೊಡೋದಷ್ಟೇ ಅವರ ಡ್ಯೂಟಿ ಅಂತ ಬಡೆದು ಕೊಳ್ತಿದ್ರು ಅನ್ನೋ ಕಾರಣಕ್ಕೆ! ಒಂದು ಹುಡುಗನಿಗೆ ಕ್ಲಾಸ್ ಟೈಮ್‌ನಲ್ಲಿ ಮಾತನಾಡಿದ್ದಕ್ಕೆ ಹೊಡೆದದ್ದಕ್ಕೆ ಸಾಕ್ಷಿಯಾಗಿದ್ದ ನನ್ನ ಮಗಳು ಅಂದಿನಿಂದ ತನ್ನ ಬಾಯಿ ತೆರೆಯೋದಕ್ಕೆ ನಿಷೇಧ ಹೇರಿಕೊಂಡು ಬಿಟ್ಟಿದ್ದಳು. ಹಾಗಾಗಿ ಅರಳು ಹುರಿದಂತೆ ಮಾತನಾಡ್ತಿದ್ದ ನನ್ನ ಮಗಳ ಮಾತುಗಳು ಮನೆಗಷ್ಟೇ ಸೀಮಿತವಾಗಿಬಿಟ್ಟವು.

ಎಷ್ಟರ ಮಟ್ಟಿಗೆಂದರೆ... ಬೇರೆ ಶಾಲೆಯ ಇಂಟರ್‌ವ್ಯೂನಲ್ಲಿ ಮೀನಿನ ಒಂದು ಚಿತ್ರ ತೋರಿಸಿ ಕೇಳಿದಾಗ ತುಟಿ ಎರಡಾಗಿಸಿ ಹೆಸರನ್ನ ಹೇಳಲಾಗದೆ ಹೋಗಿದ್ದಳು ಅವಳು. ಅದನ್ನ ಅರಿಯದ ನನ್ನ ಗಂಡ ಮಾತ್ರ, "ಏನ್ ಮಗು ಇದು, ನನ್ನ ಮಗ ನೋಡು, ಹೇಗೆ ತನ್ನ ಸೀಟನ್ನ ತಾನೇ ಗಿಟ್ಟಿಸಿಕೊಂಡ. ನೀನ್ ಮುದ್ದು ಮಾಡಿ ಮೊದ್ದಾಗಿದ್ದಾಳೆ. ಬಾಯೇ ತೆರೆಯಲ್ಲವಲ್ಲ" ಅಂತ ಗೊಣಗಾಡ್ತಿದ್ದರು.

ಅರಿವಾಯ್ತು ನನಗೆ , ಅಲ್ಲಿಂದ ನನ್ನ ಮಗಳು 'ಸ್ಕೂಲ್ ಫೋಬಿಯಾ'ಗೆ ಬಲಿಯಾಗ್ತಿದ್ದಾಳೆ! ಅದರಿಂದ ಹೊರ ತರಲಿಕ್ಕೆ ನನ್ನ ಪ್ರಯತ್ನ ಶುರುವಾಯ್ತು. ಅದೇ ಶಾಲೆಯಲ್ಲಿ, ಪೇರಂಟ್ಸ್ ಎಜುಕೇಟೆಡ್ ಅಂತ ಬರೆದುಕೊಂಡು, ಒಂದಿಷ್ಟು ಡೊನೇಷನ್ ವಸೂಲಿ ಮಾಡಿ ದಾಖಲಾಯಿತೊ ಏನೋ ಆಯ್ತು. ಅವಳಿಗೆ ಮೊದಲ ವರ್ಷ ಸಿಕ್ಕ ಟೀಚರ್ ಸುಶೀಲ ಮೇಡಂ... ಅವರ ಡಿಕ್ಟೇಶನ್ ಟೆಸ್ಟ್ ಇದ್ದಾಗಲೆಲ್ಲಾ.... ನನ್ನ ಮಗಳು,

"ಮಮ್ಮಿ, ನಂಗೇ ಹೊಟ್ಟೆಯಲ್ಲಿ ಗಿಳಿಗಳು ಓಡಾಡುತ್ವೆ ಅನ್ಸುತ್ತೆ. Jesus, please give me 14 on 14" (ಲಾರ್ಡ್ ಜೀಸಸ್, ಪ್ಲೀಸ್ ನಂಗೇ 14ಕ್ಕೆ 14 ಕೊಡು) ಅಂತ ಬೇಡ್ಕೊಂಡು ಹೋಗ್ತಾ ಇದ್ದಳು. ಯಾಕಂದ್ರೆ, ಆ ಟೀಚರ್ ನಿವೃತ್ತಿಯ ಹೊಸ್ತಿಲಲ್ಲಿದ್ದವರು. ಮಕ್ಕಳಿಗೆ ಕಡಿಮೆ ಅಂಕ ಬಂದರೆ, ಅವರನ್ನು ಹತ್ತಿರ ಕರೆದು ಪೆನ್ನಿನಲ್ಲಿ ತಲೆ ಮೊಟಕುತ್ತಿದ್ರಂತೆ. ಅದರಿಂದ ತಪ್ಪಿಸಿಕೊಳ್ಳಲು ನನ್ನ ಪುಟ್ಟ ಹರಸಾಹಸ ಮಾಡ್ತಾ ಇದ್ದಳು.

ಈ ಶಾಲೆಯಲ್ಲೂ ಅದೇ ಅಧ್ಯಾಯ ಮುಂದುವರೆಯದಿರಲೆಂದು ಆ ನಂತರ ಪ್ರತೀ ವರ್ಷ ನಾನು ಪೇರಂಟ್ಸ್-ಟೀಚರ್ಸ್ ಮೀಟಿಂಗ್‌ನಲ್ಲಿ ನನ್ನ ಮಗಳ ಬಗ್ಗೆ, "ಬಹಳ ಜಾಣೆ, ಆದ್ರೆ ಸ್ಕೂಲ್ ಫೋಬಿಯಾ ಇದೆ, ದಯವಿಟ್ಟು ಸಹಕರಿಸಿ" ಅಂತ ವಿವರಿಸಿ ಹೇಳಿ ಬರ್ತಿದ್ದೆ. ಹೀಗಾಗಿ ಅವಳು, ಶಾಲೆಯೆಂದರೆ 'ಬೆಂಬಿಡದ ಅನಿವಾರ್ಯತೆ' ಅಂತ ವಿಧಿಯಿಲ್ಲದೆ ಬಹಳ ಎಚ್ಚರಿಕೆಯಿಂದ ನಿಭಾಯಿಸಲು ಶುರುಮಾಡಿದಳು. ಯಾವ ಕಾರಣಕ್ಕೂ ಜ್ವರದಿಂದ ನರಳುತ್ತಿದ್ದರೂ ಮಿಸ್ ಮಾಡದೆ ಹೋಗ್ತಾ ಇದ್ದಳು.

ಅದರ ನಂತರದ ವರ್ಷಗಳಲ್ಲಿ ಸಿಕ್ಕ ಮತ್ತೊಬ್ಬ ಟೀಚರಿಗೆ ಯಾಕೋ ನನ್ನ ಮಗಳೆಂದರೆ ಅಸಡ್ಡೆ. ಯಾವ ಕಾರಣಕ್ಕೂ ಹೋಂವರ್ಕ್ ಮಾಡದೆ ಹೋಗ್ತಿರಲಿಲ್ಲ ನನ್ನ ಕೂಸು. ಒಂದು ದಿನ ವಿಪರೀತ ನೆಗಡಿ, ಕೆಮ್ಮು, ಜ್ವರ ಅಂತ ನಾನು ಕ್ಲಿನಿಕ್ ಮುಗಿಸಿ ಬರೋವಷ್ಟರಲ್ಲಿ ಮಲಗಿಬಿಟ್ಟಿದ್ದಳು. ನಾನೂ ಊಟಕ್ಕೆ ಎಬ್ಬಿಸಿ, ಮಾತ್ರೆ ಕೊಟ್ಟು ಮಲಗಿಸಿದೆ. ಮರುದಿನ ಶಾಲೆಗೆ ಬೇಡಪ್ಪ ಹೋಗಬೇಡ

ಎಂದರೂ ಕೇಳದೆ ಹೋದಳು. ಆ ದಿನ ಮೊದಲ ಬಾರಿ ತನ್ನ ಹೋಂವರ್ಕ್‌ನಲ್ಲಿ ಎರಡು ಪ್ರಶ್ನೆಗೆ ಉತ್ತರಿಸದೆ ಹೋಗಿದ್ದದ್ದು ಟೀಚರಿಗೆ ಗೊತ್ತಾಗಲು,
"ಯಾಕೆ ಹೋಂವರ್ಕ್ ಮಾಡಿಲ್ಲ?" ಅಂತ ಕೇಳಿದ್ರಂತೆ. ಆಗ ಅವಳು, "ನನಗೆ ತುಂಬಾ ನೆಗಡಿ ಆಗಿತ್ತು, ಜ್ವರ ಇತ್ತು" ಅನ್ನಲು ಟೀಚರ್, "ನೆಪ ಹೇಳ್ಬೇಡ, ನೀನೇನು ಮೂಗಿನಿಂದಾನಾ ಬರೆಯೋದು?" ಅಂತ ಹೀಯಾಳಿಸಿದ್ದಂತೆ. ಇಂದಿಗೂ ಅವಳ ಮನದಲ್ಲಿ ನೆನಪು ಮರಳಿದಾಗಲೆಲ್ಲಾ... "ಮಮ್ಮಿ, ನಂಗೇ ಆ ಮಿಸ್ ಹಾಗೆ ಮಾತಾಡಿದ್ರು" ಅಂತ ದುಃಖದಿಂದ ಉಮ್ಮಳಿಸುತ್ತಾಳೆ ನನ್ನ ಕಂದಮ್ಮ.

ಮುಂದೊಂದು ದಿನ ಅದೇ ಶಾಲೆಯ ಟೀಚರೊಬ್ಬರು, ತಮ್ಮ ಗೈರು ಹಾಜರಿಯಲ್ಲಿ ಮಕ್ಕಳೆಲ್ಲಾ ಬಹಳ ಮಾತನಾಡ್ತಾ ಇದ್ದರೆಂದು ಪನಿಷ್ಮೆಂಟ್ ಅಂತ ಇಡೀ ತರಗತಿಯ ಎಲ್ಲಾ ಮಕ್ಕಳನ್ನ ನಿಲ್ಲಿಸಿದರೂ, ಪ್ರಜ್ಞಾಳನ್ನು ಮಾತ್ರ "ಈ ಮಗು ಸುಮ್ಮನೆ ಮಾತಾಡೊದು ಸಾಧ್ಯವೇ ಇಲ್ಲ" ಎಂದು ಹೇಳಿ ಶಿಕ್ಷೆಯಿಂದ ಹೊರತಪ್ಪಿಸಿದಾಗ, ಅವಳು ಗಳಿಸಿರುವ ವಿಶ್ವಾಸಕ್ಕೆ ಸೋತೆ ನಾನು.

ಹಲವಾರು ಸಂದರ್ಭಗಳಲ್ಲಿ ಅವರು ತೋರಿಸುತ್ತಿದ್ದ ಅಕ್ಕರೆ, ವಿಶ್ವಾಸಗಳಿಂದಾಗಿ ಆಗಾಗ ಆ ಟೀಚರ್ ಬಗ್ಗೆ "ಮಮ್ಮಿಗಿಂತಲೂ ನನ್ನನ್ನು ನಂಬಿದವರು" ಅಂತ ಹೇಳಿದಾಗ ನನ್ನ ಮನಸಿಗೆ ಸ್ವಲ್ಪ ಚುಚ್ಚಿದಂತಾದರೂ, ನನ್ನ ಮಗಳ ಜೀವನದಲ್ಲಿ ಗುರುವಾದ ನಿಜವಾದ ಸ್ಥಾನ ತುಂಬಿದ ಆಕೆಗೆ ನನ್ನ ನಮನಗಳು!!

****

ಅಧ್ಯಾಯ ೮

"ಮಾರ್ಕ್ಸ್ ಮೇಕಿಂಗ್ ಮೆಷಿನ್"!!

ದಿನವೂ ನಾನು ಕ್ಲಿನಿಕ್ ಮುಗಿಸಿ ಬರುವಷ್ಟರಲ್ಲಿ ರಾತ್ರಿ ೧೦ ಗಂಟೆಯಾಗುತ್ತಿತ್ತು. ಬಂದೊಡನೆ ಬೇಗ ಬೇಗ ಮಕ್ಕಳಿಗೆ ಹೋಂವರ್ಕ್ ಚೆಕ್ ಮಾಡುತ್ತಾ, ಅಡುಗೆ ಮಾಡುವ ತರಾತುರಿಯ ಕೆಲಸದಲ್ಲಿ ನಿರತರಳಾಗ್ತಿದ್ದೆ. ಒಂದು ಕಡೆ ಮಿಕ್ಸಿ ತಿರುಗುತ್ತಿತ್ತು, ಮತ್ತೊಂದು ಕಡೆ ಅನ್ನಕ್ಕೆ ಕುಕ್ಕರ್ ಇಟ್ಟು, ಇನ್ನೊಂದು ಕಡೆ ತರಕಾರಿ ಕತ್ತರಿಸುತ್ತಾ ಇರುತ್ತಿದ್ದೆ... ಅದರ ನಡುವೆ, ನನ್ನ ಮಗಳು ಒಳಗೆ ಬಂದು ಮೆಲ್ಲಗೆ, "ಮಮ್ಮಿ, ಡಿಕ್ಟೇಷನ್‌ನಲ್ಲಿ (ಶ್ರುತಿಲೇಖನದಲ್ಲಿ) ೨೦ಕ್ಕೆ ೧೮ ಬಂದಿದೆ. ಸೈನ್ ಮಾಡಿಸಿಕೊಂಡು ಬರಲು ಹೇಳಿದ್ದಾರೆ..." ಎನ್ನುತ್ತಿದ್ದಳು.

"ಆಯ್ತು ಚಿನ್ನು, ಆಮೇಲೆ ಮಾಡ್ತೀನಿ," ಎಂದೆ. ಯಾಕಂದರೆ ನನ್ನ ಕೈಗಳು ಅರ್ಧ ಗಂಟೆಯೊಳಗೆ ಎಲ್ಲ ಕೆಲಸ ಮುಗಿಸಬೇಕೆಂಬ ಆತುರದಲ್ಲಿ ತೊಡಗಿಕೊಂಡಿದ್ದವು. ಹದಿನೈದು ನಿಮಿಷ ಸಿಕ್ಕರೆ ಸಾಕು, ಬೇಗ ಮುಗಿಸಿ ಮಕ್ಕಳಿಗೆ ಊಟ ಬಡಿಸಬೇಕು ಎಂದುಕೊಂಡಿದ್ದೆ; ಜೊತೆಗೆ ನನ್ನ ತಾಳ್ಮೆಯೂ ಕಡಿಮೆಯಾಗುತ್ತಿತ್ತು. ಆದರೆ ಅವಳು ಬಿಡಲ್ಲ. "ಈಗಲೇ ಹಾಕಿ," ಎಂದು ಪೀಡಿಸಲು ಆರಂಭಿಸಿದಳು. ಸಮಯಕ್ಕೆ ತಕ್ಕಂತೆ ಸ್ವಲ್ಪ ಕಠಿಣವಾಗಬೇಕೆಂದು ಅನಿಸಿ, "ಇಲ್ಲ ಚಿನ್ನು, ಎರಡು ತಪ್ಪು ಮಾಡಿದ್ದೀಯಲ್ಲ. ಅದನ್ನು ಐದು ಸಲ ಬರೆದುಕೊಂಡು ಬಾ. ಹೀಗೇ ಸುಮ್ನೆ ಸೈನ್ ಹಾಕೋದಿಲ್ಲ," ಎಂದು ಹೇಳಿ ಮತ್ತೆ ನನ್ನ ಕೆಲಸದಲ್ಲಿ ತೊಡಗಿಕೊಂಡೆ. ಅದರಿಂದ ನನ್ನ ಬಗ್ಗೆ ಅವಳ ಮನಸ್ಸಿನಲ್ಲಿ ಮೂಡಿದ ಅಭಿಪ್ರಾಯ ಏನಂದರೆ —
"ಮಮ್ಮಿಗೆ ಮಕ್ಕಳು ಅಂದ್ರೆ ಮಾರ್ಕ್ಸ್ ಮಾಡುವ ಮೆಷಿನ್‌ಗಳಷ್ಟೇ!"

ಅದಾದ ಮೇಲೆ ಪ್ರತೀ ಸಾರಿ ನನ್ನ ಕೈಲಿ ಕೇಳಿದೊಡನೆ ಸೈನ್ ಮಾಡಿಸಿಕೊಳ್ಳಲು, ಪ್ರತೀ ಪರೀಕ್ಷೆಗೆ ಸಂಪೂರ್ಣ ತಯಾರಿ ಮಾಡಿಕೊಂಡೇ ಬರುತ್ತಿದ್ದಳು. ಕೆಲವೊಮ್ಮೆ ನಾನು ಅಡುಗೆ ಮನೆಯಲ್ಲಿ ನಿರತರಾಗಿದ್ದಾಗ, ಅಭ್ಯಾಸ ಮಾಡಲು ಡಿಕ್ಟೇಷನ್ ಹೇಳು ಎಂದು, ಮಿಕ್ಸಿ ಪಕ್ಕದಲ್ಲಿ ಪುಸ್ತಕ ಇಟ್ಟು ಕಾಯುತ್ತಿದ್ದಳು. ಆಗ ನಾಲ್ಕೈದು ಪದ ಹೇಳಿ ನಾನು ಮತ್ತೆ ಕೆಲಸಕ್ಕೆ ತೊಡಗಿಕೊಳ್ತಿದ್ದೆ. ಅವಳು ಮಾತ್ರ, "ಆ ಹಾಳೆಯಲ್ಲಿ ಇರುವ ಎಲ್ಲ ಪದಗಳನ್ನೂ ಬರೆದೆ. ಮುಂದಿನ ಹಾಳೆ ತಿರುಗಿಸಿ ಹೇಳು," ಎಂದು ನೆಪಕ್ಕೆ ಹೇಳುತ್ತಿದ್ದಳು. ಅಲ್ಲೂ ಕೂಡ ಅದೇ ಹಣೆಬರಹದ ಮುಂದುವರಿಕೆ. ಕೊನೆಯಲ್ಲಿ ಎಲ್ಲ ಪದಗಳ ಡಿಕ್ಟೇಷನ್‌ನ್ನು ಅವಳೇ ಯಾವ ಪುಟದಲ್ಲಿದೆ ಎಂದು ನೆನಪಿಟ್ಕೊಂಡು ತಾನೆ ಬರೆದು ಮುಗಿಸಿ ಎದ್ದು ಹೋಗುತ್ತಿದ್ದಳು.

ಅದರಿಂದ ನನಗೆ ಸ್ವಲ್ಪ ನೆಮ್ಮದಿ ಸಿಕ್ಕರೂ, ನನ್ನ ಕಂದಮ್ಮನ ಮನಸ್ಸಿನಲ್ಲಿ ನನ್ನ ಬಗ್ಗೆ — "ಅಂಕಗಳನ್ನೇ ಬಯಸುವ ಯಂತ್ರ" ಎಂಬ ಅಭಿಪ್ರಾಯಕ್ಕೆ ಶಾಶ್ವತ ನೆಲೆ ಸಿಕ್ಕಿತು. ಇಂದಿಗೂ ನಾನು ನನ್ನ ಪರಿಸ್ಥಿತಿಯನ್ನು ಎಷ್ಟೇ ವಿವರಿಸಿದರೂ, ನನ್ನನ್ನು ಹಾಗೆಯೇ ಆಪಾದಿಸೋ ಅವಳ ಮೇಲೆ ನನಗೆ ಯಾವ ಬೇಸರವೂ ಇಲ್ಲ. ಯಾಕಂದರೆ, ಕಾಲವೇ ಎಲ್ಲವನ್ನೂ ತಿಳಿಸಿ ಹೇಳುತ್ತದೆ ಎಂಬ ನಂಬಿಕೆ ನನ್ನದು!

****

ಅಧ್ಯಾಯ ೬

"ಮಾತಾ ಗುರುವಾಯರಮ್ಮ"!!

ಗುಂಪು ಗುಂಪಾಗಿ ಕುಟುಂಬದವರನ್ನೆಲ್ಲ ಸೇರಿಸಿಕೊಂಡು ದೇವಾಲಯಗಳಿಗೆ ಹೋಗುವುದು ನಮ್ಮ ಜೀವನದ ಹಾದಿಯಲ್ಲಿ ಒಮ್ಮೊಮ್ಮೆ ಜಾತ್ರೆಯ ಖುಷಿಯನ್ನು ನೀಡುವ ವಿಷಯ. ಮಧ್ಯಮ ವರ್ಗದವರಿಗೆ ಅದು ವಿಶೇಷವಾದ ಸಂಭ್ರಮ. ಹಾಗೆಯೇ ನಾವು ಕೂಡ ಗುರುವಾಯರೂರಿಗೆ, ಶ್ರೀಕೃಷ್ಣ ಪರಮಾತ್ಮನಿಗೆ ಹಾಯ್ ಹೇಳಲು ಹೊರಟೆವು.

ಆದರೆ, ದೇವರ ಸನ್ನಿಧಿಗೆ ಹೋಗುವುದಕ್ಕೂ ನೂರಾರು ಅಡೆತಡೆಗಳು! ಒಂದು ಗಂಟೆಗೆ ದೇವಸ್ಥಾನ ಬಂದ್, ನಂತರ ಸಂಜೆ ಆರು ಗಂಟೆಗೆ ಮುಂದಿನ ದರ್ಶನ ಎಂದು ಹೇಳಿದರು. ಆಗ, ನಮ್ಮ ಕೈಯಲ್ಲಿ ಅರ್ಧ ಗಂಟೆ ಮಾತ್ರ ಉಳಿದಿತ್ತು. ಅಲ್ಲಿಗೆ ಹೋಗುವ ಮೊದಲು ಎಲ್ಲ ಮೊಬೈಲ್ ಫೋನ್‌ಗಳು, ಕ್ಯಾಮೆರಾಗಳನ್ನು ಲಾಕರ್‌ಗೆ ಒಪ್ಪಿಸಬೇಕು — ಅದೂ ಸರಿ. ಆದರೆ ಹೆಂಗಸರು ಸೀರೆ ಧರಿಸಿದ್ದರೆ ಮಾತ್ರ ಪ್ರವೇಶ! ಆಗಲೆ ಹತ್ತಿರದ ಅಂಗಡಿಯಲ್ಲಿ ಐದು ನಿಮಿಷದಲ್ಲಿ ಸೀರೆ ಖರೀದಿಸಿ, ನಮ್ಮ ಚೂಡಿದಾರದ ಮೇಲೆಯೇ ಧರಿಸಿ, ಕ್ಯೂನಲ್ಲಿ ನಿಂತೆವು. ಒಳಗೆ ಸೇರಿಕೊಳ್ಳಲು ಕೇವಲ ಮೂರು ನಿಮಿಷ ಮಾತ್ರ ಬಾಕಿ. ನೂಕು-ನುಗ್ಗಲಿನ ಮಧ್ಯೆ ನಾನು ಮಗಳ ಕೈ ಹಿಡಿದು ನಿಂತಿದ್ದೆ. ಆಗ ನನ್ನ ಭಾವ, "ನಾನು ಮಕ್ಕಳನ್ನು ಕರೆದುಕೊಂಡು ಬರುತ್ತೀನಿ, ನೀವು ಹೆಂಗಸರು ಒಳಗೆ ಹೋಗಿ ಬಿಡಿ," ಎಂದರು. ಮಗಳ ಜವಾಬ್ದಾರಿಯನ್ನು ಅವರಿಗೆ ಒಪ್ಪಿಸಿ, ಹಡಿಬಿಡಿಯಲಿ ಒಳಗೆ ನುಗ್ಗಿ, ದರ್ಶನ ಪಡೆದು ವೇಗವಾಗಿ ಹೊರಬಂದೆ.

ಆದರೆ ಹೊರಗೆ ಬಂದಾಗ — ಮಗಳು ಕಾಣೆಯಾಗಿದ್ದಾಳೆ!

ನನ್ನ ಹೃದಯ ಬಾಯಿಗೆ ಬಂತು. ನನ್ನ ಪತಿ "ಮಗಳು ಎಲ್ಲಿ?" ಎಂದು ಕೇಳಿದಾಗ, ಅವಳು ಭಾವನ ಜೊತೆಗೆ ಕಾಣದಿರುವುದು ತಿಳಿಯಿತು. ಆತಂಕದಲ್ಲಿ ಅವರು ದೇವಸ್ಥಾನದ ಅಧಿಕಾರಿಗಳಿಗೆ ದೂರು ನೀಡಲು ಓಡಿದರು. ಅಷ್ಟರಲ್ಲಿ, ಎತ್ತರದ ಕಟ್ಟೆಯ ಮೇಲೆ ದೇವಸ್ಥಾನದ ಸಿಬ್ಬಂದಿಗಳ ಜೊತೆ ನಿಂತಿದ್ದ ನನ್ನ ಮಗಳು ಕಾಣಿಸಿತು. ಅವಳಿಗೆ ಆಗ ಮೂರು ವರ್ಷ ಮಾತ್ರ. ಇಂಗ್ಲಿಷ್‌ನಲ್ಲಿ ಸಂಖ್ಯೆಗಳು ಮಾತ್ರ ಗೊತ್ತಿತ್ತು. ಅದೃಷ್ಟವಶಾತ್ ಅವಳು ನಮ್ಮ ಫೋನ್ ನಂಬರ್ ಹೇಳಿದ್ದಳು. "ನಿನ್ನ ಬೇಜವಾಬ್ದಾರಿತನದಿಂದ ಹೀಗಾಯಿತು," ಎಂದು ನನ್ನ ಪತಿ

ಗದರಿಸಿದರೂ, ಆ ಮಾತುಗಳು ನನಗೆ ಅಷ್ಟು ನೋವಾಗಲಿಲ್ಲ. ಆದರೆ ನನ್ನ ಮಗಳ ದೃಷ್ಟಿಯಲ್ಲಿ ನಾನು ತಪ್ಪಿತಸ್ಥಳಾಗಿ ಹೋಗಿದ್ದೆ.

ಮನೆಗೆ ಹಿಂದಿರುಗಿದ ಮೇಲೆ ಅವಳ ಮನಸ್ಸು ಸಮಾಧಾನವಾಗಲು ಸಾಕಷ್ಟು ಪ್ರಯತ್ನ ಮಾಡಿದೆ. ಯಾವುದೂ ಫಲಿಸದಾಗ, ಅವಳಿಗೂ ಗೊತ್ತಿಲ್ಲದೆ ಖರೀದಿಸಿದ್ದ ಚಿನ್ನದ ಆಭರಣವನ್ನು ಕೊಟ್ಟು, "ಸಾರಿ ಚಿನ್ನು... ನನಗೆ ಹೇಗೆ ಸಾರಿ ಕೇಳಬೇಕು ಗೊತ್ತಾಗ್ತಿಲ್ಲ... ಅದಕ್ಕೇ ಇದನ್ನ ನಿನಗೆ ತಂದೆ," ಎಂದು ಅವಳಿಗೆ ಧರಿಸಿದೆ. ಒಂದೆರಡು ದಿನಗಳಲ್ಲಿ ಅವಳ ಕೋಪವೂ ಕಡಿಮೆಯಾಗಿ, "It's ok... Leave!" (ಪರವಾಗಿಲ್ಲ ಬಿಡು) ಎಂದಾಗ, ಜೀವ ಮರಳಿ ಬಂದಂತೆ ಅನುಭವವಾಯಿತು. ಎಷ್ಟೋ ವರ್ಷಗಳಾದರೂ ಆ ಕ್ಷಣ ಮರೆಯಲಾಗದು. ಇಂದಿಗೂ ಕೆಲವೊಮ್ಮೆ ನಮ್ಮಿಬ್ಬರ ಬಂಧನವನ್ನು ನೋಡಿ ಅವಳಪ್ಪ, "ಮಗಳನ್ನು ಮರೆತು ಬಂದಿದ್ದಲ್ಲಾ ನೀನು!" ಎಂದು ಕೆಣಕಿದರೆ, ನಾನು ನಗುತ, "ಪರವಾಗಿಲ್ಲ ಬಿಡು ಚಿನ್ನು, ಹತ್ ವರ್ಷ ಅಲ್ಲಿ ಕಳೆದಿದ್ದರೆ ನೀನೇ ಗುರುವಾಯರಮ್ಮ ಆಗುತ್ತಿದ್ದೆ!" ಎಂದು ರಿವರ್ಸ್ ಗೇರ್ ಹಾಕುತ್ತೇನೆ.

ಅದಕ್ಕೆ ಅವಳು ಕೂಡ ತಕ್ಷಣ,
"ಹೌದು... ಮತ್ತೆ ಗುರುವಾಯರೂರಿಗೆ ನೀವು ಬಂದಾಗ ನನ್ನ ಕಾಲಿಗೆ ಬಿದ್ದು ಆಶೀರ್ವಾದ ಕೇಳ್ತಿದ್ದೀರಲ್ಲ! 'ಮಾತಾ ಗುರುವಾಯರಮ್ಮ' ಆಗೋ ಚಾನ್ಸ್ ಮಿಸ್ ಆಯ್ತು!" ಎಂದು ಪೋಸ್ ಕೊಡುತ್ತಾಳೆ.

ಆದರೆ... ಮನಸ್ಸಿನ ಒಳಗಡೆ ಮಾತ್ರ ಆ ನೆನಪು, ಇನ್ನೂ ಭಯವಾಗಿಯೆ ಉಳಿದಿದೆ.

****

ಅಧ್ಯಾಯ ೧೦

"ಒನಕೆ ಓಬವ್ವ - ಬೆಂಕಿ ಓಬವ್ವಳಾದದ್ದು"!!

ಆ ಸಮಯದಲ್ಲಿ ನನ್ನ ಗಂಡ ಕೆಲಸದ ನಿಮಿತ್ತ ಬೇರೆ ಊರಿಗೆ ಹೋಗಬೇಕಾಗಿ ಬಂದದ್ದರಿಂದ, ಕೆಲವು ವರ್ಷಗಳು ಅಕ್ಕನ ಮನೆಯಲ್ಲೇ ಇರಬೇಕಾಯಿತು.

ಒಂದು ದಿನ ನನ್ನ ಮಗಳಿಗೆ ಅವರ ಸ್ನಾನದ ಕೋಣೆಯಲ್ಲಿ ಸ್ನಾನ ಮಾಡಿಸುತ್ತಿದ್ದೆ. ಅಲ್ಲಿ ಇದ್ದ ಬಿಸಿ ಹಾಗೂ ತಣ್ಣೀರಿನ ಕೊಳವೆಗಳ ಬಗ್ಗೆ ಪೂರ್ಣವಾಗಿ ತಿಳಿಯದೇ, ತಪ್ಪಾಗಿ ತಣ್ಣೀರಿನ ಕಡೆಗೆ ತಿರುಗಿಸಿ ಬಿಟ್ಟೆ. ತಣ್ಣೀರು ಮೈಮೇಲೆ ಬೀಳುತ್ತಿದ್ದಂತೆ ಮಗಳ ಮುಖ ನೋಡಿದೆ. ಸ್ವಲ್ಪ ಗಾಬರಿಯಾದರೂ, "ಓ... ಬಿಸಿ ಇಲ್ಲ, ನೀರು!" ಎಂದು ಪುಟ್ಟಿ ಹೇಳಿದಳು.

ಆ ಸಂದರ್ಭವನ್ನು ಸಮರ್ಥವಾಗಿ ನಿಭಾಯಿಸಬೇಕೆಂದುಕೊಂಡು, "ಏನೂ ಯೋಚನೆ ಮಾಡ್ಬೇಡ, ತಣ್ಣೀರನ್ನೇ ಈಗಲೇ ಚೆಕ್ ಅಂತ ಬಿಸಿ ಮಾಡ್ತೀನಿ ನೋಡು," ಎಂದೆ.

"ಹೌದಾ? ಹೇಗೆ?" ಎಂದು ಕಣ್ಣು ದೊಡ್ಡದಾಗಿಸಿ ಕೇಳಿದಳು.

"ಡ್ರಾಗನ್ ತರ ನಾಲಿಗೆ ಚಾಚಿ ಬೆಂಕಿ ಊದುತ್ತೀನಿ!" ಎಂದು ನಾನು ಮೇಧಾವಿ ಪೋಸ್ ಕೊಟ್ಟೆ.

ಕ್ಷಣದಲ್ಲೇ ಅವಳು,
"ಓಹೋ... ಹಾಗಾದರೆ ನೀವು ಬೆಂಕಿ ಓಬವ್ವನೇನೋ?" ಎಂದಳು!

ಅವಳ ಮಾತು ಕೇಳಿ ನಾನು ಬೆಚ್ಚಿಬಿದ್ದೆ. ಮೊದಲು **ಒನಕೆ ಓಬವ್ವ** ಯಾರು ಎಂಬುದು ಗೊತ್ತಿರಬೇಕು, ಒನಕೆ ಬದಲು ಬೆಂಕಿ ಹಿಡಿದು ಅದನ್ನೇ ಅಸ್ತ್ರವನ್ನಾಗಿ ಬಳಸಿದಂತೆ ಅವಳು ಕಲ್ಪಿಸಿಕೊಂಡಿದ್ದಳು!

ಎರಡೂವರೆ ವರ್ಷದ ಮಗಳ ಚಾತುರ್ಯಕ್ಕೆ ಈ 'ಡ್ರಾಗನ್' ತಕ್ಷಣ ತಣ್ಣಗಾಯಿತು.

****

ಅಧ್ಯಾಯ ೧೧

"ಆಲಿಸೋ ಹೃದಯ"!!

ಕೆಲವು ವರ್ಷಗಳ ಹಿಂದೆ ನಾನು ನನ್ನ ಆಸ್ಪತ್ರೆಯಲ್ಲೇ ಉನ್ನತ ಹುದ್ದೆಗೆಂದು ಇಂಟರ್ವ್ಯೂಗೆ ಹೋದಾಗ, ಮೊದಲಿಗಳಾಗಿ ಆಯ್ಕೆಯಾದೆ. ನನಗೆ ಅಪಾರ ಸಂತೋಷವಾಯಿತು. ಅದು ನನ್ನ ದಕ್ಷತೆಗೆ ದೊರೆತ ಮಾನ್ಯತೆ ಎಂದು ಭಾಸವಾಗಿತ್ತು. ಆದರೆ, ನನ್ನ ಸೀನಿಯರ್ ಒಬ್ಬರು "ಜೂನಿಯರ್ ಅನ್ನು ಹೇಗೆ ಆಯ್ಕೆ ಮಾಡಿದ್ದೀರಿ?" ಎಂದು ಪ್ರಶ್ನಿಸಿ ನ್ಯಾಯಾಲಯದ ಮೆಟ್ಟಿಲೇರಿದಾಗ ಮನಸ್ಸಿಗೆ ತುಂಬಾ ನೋವಾಯಿತು. ಇದು ಸೆಲೆಕ್ಷನ್ ಪೋಸ್ಟ್ ಆಗಿದ್ದರಿಂದ ಸೂಕ್ತ ಅಭ್ಯರ್ಥಿಯನ್ನು ಮಾತ್ರ ಆಯ್ಕೆ ಮಾಡಲಾಗುತ್ತದೆ ಎಂಬುದು ತಿಳಿದಿದ್ದರೂ, ನನ್ನ ಸಾಮರ್ಥ್ಯ ಗೊತ್ತಿದ್ದವರೇ ನನ್ನ ಮೇಲೆ ಮತ್ಸರ ತೋರಿದದ್ದು ಮಾನಸಿಕವಾಗಿ ಘಾಸಿ ಮಾಡಿತು.

ಪರದೇಶದಲ್ಲಿದ್ದ ನನ್ನ ಗಂಡ ಕೂಡ ಅಂದು ಜೊತೆಯಲ್ಲಿರಲಿಲ್ಲ. ಏನು ಮಾಡಬೇಕು ಎಂದು ತಿಳಿಯದೆ, ಬೆಳಗ್ಗೆಯಿಂದ ದುಃಖದಲ್ಲಿ ಊಟವನ್ನೇ ಮರೆತು ಹಾಸಿಗೆಯ ಮೇಲೆ ಕುಳಿತಿದ್ದೆ. ಅದನ್ನೆಲ್ಲ ಗಮನಿಸಿದ ನನ್ನ ಎಂಟು ವರ್ಷದ ಮಗಳು — "ಮಮ್ಮಿಗೆ ಏನಾಯ್ತು?" ಎಂದು ಅರಿಯಲಾರದ ವಯಸ್ಸಿನಲ್ಲಿದ್ದರೂ, ಮಧ್ಯಾಹ್ನದ ಹೊತ್ತಿಗೆ ನಿಧಾನವಾಗಿ ಬಂದು ನನ್ನ ಪಕ್ಕದಲ್ಲಿ ಕುಳಿತಳು. ಆಗಲೇ ನನಗೆ ನೆನಪಾಯಿತು — ನಾನು ನನ್ನ ಮಗಳಿಗೆ ಊಟವೂ ಕೊಡಲಿಲ್ಲವೆಂದು! ಪಾಪ, ಅಪರಾಧಭಾವದಿಂದ ಅವಳತ್ತಸುಮ್ಮನೆ ನೋಡಿದ್ದೆ. ಅಷ್ಟು ನನ್ನ ನೋವು ನನ್ನನ್ನ ಕಟ್ಟಿಹಾಕಿತ್ತು.

ಸಂಜೆಯಾಗುವಷ್ಟರಲ್ಲಿ ಅವಳು ನಿಧಾನವಾಗಿ ಮಾತು ಆರಂಭಿಸಿದಳು —

"ಮಮ್ಮಿ… ನನಗೆ ಗೊತ್ತು ನಿನಗೆ ಯಾಕೋ ತುಂಬಾ ಬೇಜಾರಾಗಿದೆ. Just don't think I'm a little girl. Please think that you have a nice heart to listen to you… and please tell me."

(ನನ್ನನ್ನು ಚಿಕ್ಕ ಮಗು ಎಂದು ಯೋಚಿಸಬೇಡ. ನಿನ್ನ ಕಷ್ಟಗಳನ್ನು ಕೇಳಿಕೊಳ್ಳುವ ಒಳ್ಳೆಯ ಹೃದಯ ನನ್ನಲ್ಲಿದೆ ಎಂದುಕೊಂಡು, ಎಲ್ಲವನ್ನೂ ಹೇಳು ಪ್ಲೀಸ್.) ಮತ್ತೆ ಮತ್ತೆ ಅದನು ನೆನೆದು ಹೆಮ್ಮೆ ಪಡುವೆ ಅಷ್ಟೆ.

ಅಧ್ಯಾಯ ೧೨

"ಕಥಾ ಲೋಕದ ಸುಂದರಿ"!

ಒನಕೆ ಓಬವ್ವ ಕಥೆ ಹೇಳಿದ್ದು ಸಾರ್ಥಕವಾಯಿತು ಅನ್ನಿಸಿತು. ಆದರೂ ಮಗಳಿಗೆ ಪ್ರತಿದಿನ ಕಥೆ ಹೇಳುವ ಅಭ್ಯಾಸ; ಬಿಟ್ಟರೆ ಆಗದ ಪರಿಸ್ಥಿತಿ. ಬೆಳಗ್ಗಿನಿಂದ ಎಲ್ಲ ಜವಾಬ್ದಾರಿಗಳನ್ನು ಹೊತ್ತು ಸಾಗುವ ನನ್ನ ಜೀವಕ್ಕೆ, ರಾತ್ರಿ ಹಾಸಿಗೆ ಕಂಡರೆ ಸಾಕಪ್ಪ ಅನ್ನಿಸುವಷ್ಟು ದಣಿವು. ಆದರೆ ಅಪ್ಪ ಹೊರ ಊರಿನಲ್ಲಿ ಇದ್ದುದರಿಂದ, "ಮಮ್ಮಿ ಕ್ಲಿನಿಕ್ ಮುಗಿಸಿ ಬರುತ್ತಾಳೆ" ಎಂದು ಕಾಯ್ದು, ಅಡುಗೆ ಮಾಡಿ ಊಟ ಮಾಡಿಸಿಕೊಂಡು, ಮಲಗುವ ಮುನ್ನ ಕಥೆ ಕೇಳುವುದು — ವಿಶೇಷವಾಗಿ ನನ್ನ ಮಗಳಿಗೆ — ಒಂದು ರೂಢಿ! ಮಗ ಹಾಸಿಗೆ ಕಂಡೊಡನೆ ಮಲಗುತ್ತಿದ್ದ. ಆದರೆ ಅವಳು ಮಾತ್ರ, "ಯಾವಾಗಲೂ ಸಣ್ಣ ಕಥೆ ಬೇಡ... ದೊಡ್ಡದು, ಹೊಸ ಕಥೆ ಹೇಳು!" ಎಂದು ಗೋಗರೆಯುತ್ತಿದ್ದಳು.

ಸರಿ ಎಂದು **ಸಿಂಡ್ರೆಲಾ** ಕಥೆ ಆರಂಭಿಸಿದೆ. ನಾವು ಸಣ್ಣವರಾಗಿದ್ದಾಗ ಕಥೆ ಕೇಳುತ್ತಾ ಯಾವುದೋ ಲೋಕದಲ್ಲಿ ವಿಹರಿಸುತ್ತಾ ಮಲಗುತ್ತಿದ್ದೆವು. ಆದರೆ ನನ್ನ ಈ ಕಂದಮ್ಮ ಕಥೆ ಕೇಳಿದ ಮೇಲೆ ಇನ್ನಷ್ಟು ಎಚ್ಚರಗೊಂಡು ಪ್ರಶ್ನೆಗಳ ಮಳೆ ಸುರಿಸುತ್ತಿದ್ದಳು.

ಮೊದಲ ಪ್ರಶ್ನೆ —
"ಮಮ್ಮಿ, ಸಿಂಡ್ರೆಲ್ಲಾಳ ಅಪ್ಪ ಯಾಕೆ ಎರಡನೇ ಮದುವೆ ಮಾಡಿಕೊಂಡ?"

ನಾನು ಯೋಚಿಸಿ,
"ನೋಡು ಚಿನ್ನು, ಸಿಂಡ್ರೆಲ್ಲಾಳಿಗೆ ಊಟ ಮಾಡಿಕೊಡಲು ಬೇಕಲ್ಲಾ... ಅದಕ್ಕೇ!" ಎಂದೆ.

ತಕ್ಷಣ ಮತ್ತೊಂದು ಪ್ರಶ್ನೆ —
"ಅವಳ ಮಲತಾಯಿ ಇಷ್ಟು ಕಷ್ಟ ಕೊಡ್ತಿದ್ದರೆ, ಅವಳಪ್ಪ ಏನು ಮಾಡ್ತಿದ್ದ? ಅವನಿಗೆ ಗೊತ್ತಿಗ್ತಿರ್ಲಿಲ್ಲವಾ?"

"ಇಲ್ಲ ಚಿನ್ನು, ಅವಳಪ್ಪ ಸಹ ನಿಮ್ಮಪ್ಪನಂತೆ ಬೇರೆ ಊರಿನಲ್ಲಿ ಇದ್ದ. ಅದಕ್ಕೇ ಪಾಪ ಅವನಿಗೆ ಗೊತ್ತಿರಲಿಲ್ಲ," ಎಂದೆ.

ಅಲ್ಲಿಗೆ ಮುಗಿಯುತ್ತದೆ ಅನ್ನುವಷ್ಟರಲ್ಲಿ —
“ಅವಳಪ್ಪ ಫೋನ್ ಮಾಡಿ ಮಗಳನ್ನ ವಿಚಾರಿಸಿಕೊಳ್ಳಬಹುದಿತ್ತಲ್ಲಾ?”

ಕ್ಷಣದಲ್ಲೇ ನಾನು ನನ್ನ ಗಂಡನಿಗೆ ಫೋನ್ ಮಾಡಿ,
“ರೀ... ನಿಮ್ಮ ಮಗಳಿಗೆ ಸ್ವಲ್ಪ ಡೌಟ್ ಇದೆ. ಕ್ಲಿಯರ್ ಮಾಡಿ...” ಎಂದು ಕೊಟ್ಟು, ನಾನು ನಿದ್ರೆಗೆ ಜಾರಿದೆ!

ಮರುದಿನ ಮತ್ತೆ ಹೊಸ ಕಥೆ ಬೇಡಿಕೆ. ಈ ಬಾರಿ ಸಣ್ಣ ಕಥೆ ಹೇಳಿ ಮುಗಿಸೋಣ ಎಂದುಕೊಂಡು, **ಕೃಷ್ಣದೇವರಾಯ** ಮತ್ತು **ತೆನಾಲಿರಾಮನ** ಕಥೆ ಆರಂಭಿಸಿದೆ.

ರಾಜನು ಸಾಕಲು ಬೆಕ್ಕುಗಳನ್ನು ಕೊಟ್ಟು, “ಯಾರು ಚೆನ್ನಾಗಿ ಬೆಳೆಸುತ್ತಾರೆ ಅವರಿಗೆ ಬಹುಮಾನ” ಎಂದು ಘೋಷಣೆ ಮಾಡುತ್ತಾನೆ. ತೆನಾಲಿರಾಮನು ಬೆಕ್ಕಿಗೆ ಹಾಲು ಕೊಡದೆ, ಕೊನೆಯ ದಿನ ಮಾತ್ರ ಕುದಿಯುವ ಬಿಸಿ ಹಾಲು ಕೊಡುತ್ತಾನೆ. ಕುಡಿದ ಬೆಕ್ಕಿಗೆ ಬಾಯಿ ಸುಟ್ಟು ಹೆದರಿ ಓಡಿಹೋಗುತ್ತದೆ. ರಾಜನ ಮುಂದೆ “ನನಗೆ ಹಾಲು ಕುಡಿಯದ ಬೆಕ್ಕು ಕೊಟ್ಟಿದ್ದರು, ಅದಕ್ಕೇ ದಪ್ಪವಾಗಿ ಬೆಳೆಸಲಿಲ್ಲ” ಎಂದು ಹೇಳುತ್ತಾನೆ. ರಾಜನು ಪರೀಕ್ಷೆಗೆ ಹಾಲು ಇಟ್ಟಾಗ, ಬೆಕ್ಕು ಬಿಸಿ ಹಾಲೆಂದು ಹೆದರಿ ಓಡಿಹೋಗುತ್ತದೆ. ಕೊನೆಗೆ ರಾಜನು ತೆನಾಲಿರಾಮನನ್ನೇ ವಿಜೇತನೆಂದು ಘೋಷಿಸುತ್ತಾನೆ. “ನೋಡು, ಎಷ್ಟು ಜಾಣ ತೆನಾಲಿರಾಮ!” ಎಂದು ಒಂದೇ ಉಸಿರಿನಲ್ಲಿ ಕಥೆ ಮುಗಿಸಿದೆ.

ಅವಳು ಮಲಗುತ್ತಾಳೆಂದುಕೊಂಡಷ್ಟರಲ್ಲಿ —

“ಅಲ್ಲ ಮಮ್ಮಿ... ತೆನಾಲಿರಾಮ ಅಂಕಲ್ ಮಾಡಿದ್ದು ಮೋಸ ಅಲ್ವಾ? ಕಪಟ ಅಲ್ಲವಾ? ಅದನ್ನು ರಾಜ ಅಂಕಲ್ ಗಮನಿಸದೆ ಅವನನ್ನೇ ‘ವಿನ್ನರ್’ ಅಂತ ಘೋಷಿಸಿದ್ದು ಸರಿಯಲ್ಲ. ಅದರಲ್ಲಿ ತೆನಾಲಿರಾಮನನ್ನು ಜಾಣ ಅಂತ ಹೇಗೆ ಹೇಳ್ತೀರ? ತಪ್ಪಲ್ಲವಾ?”

ಅಷ್ಟೇ... ಅದು ಕೊನೆಯ ಕಥೆ!

ಆ ದಿನ ನಾನು ತೀರ್ಮಾನ ಮಾಡಿದೆ —ಇವಳಿಗೆ ಕಥೆ ಹೇಳೋದು ಬೇಡ!

ಯಾಕೆಂದರೆ... ಕಥೆ ಕೇಳಿ ಮಲಗೋ ಮಗು ಅಲ್ಲ ನನ್ನ ಮಗಳು. ಕಥೆಯೊಳಗೆ ನುಗ್ಗಿ ನ್ಯಾಯ ಅನ್ಯಾಯ ತೂಕಮಾಪನ ಮಾಡುವ — **ಕಥಾ ಲೋಕದ ಸುಂದರಿ!**

ಅಧ್ಯಾಯ ೧೩

"ಮೈ ಮಮ್ಮಿ ಇಸ್ ದ ಬೆಸ್ಟ್"!!

ಅಂದಿನ ದಿನಗಳಲ್ಲಿ ನನಗೆ ತುಂಬಾ ಹೆಮ್ಮೆ. ಕಡೆ ಪಕ್ಷ ನನ್ನ ಮಗಳ ದೃಷ್ಟಿಯಲ್ಲಿ ನಾನು ಎತ್ತರದಲ್ಲಿದ್ದೇನೆ ಎಂಬ ಭಾವನೆ ನನಗೆ ಅನಿರ್ವಚನೀಯ ಖುಷಿ ನೀಡುತ್ತಿತ್ತು. ಒಮ್ಮೆ ನನ್ನ ಮಗಳು ನನ್ನ ಕೂದಲಲ್ಲಿ ಕೈಯಾಡಿಸುತ್ತಾ, ಅಲ್ಲಲ್ಲಿ ಕಾಣಿಸುತ್ತಿದ್ದ ಬಿಳಿ ಕೂದಲುಗಳನ್ನು ಗಮನಿಸಿ ಆಶ್ಚರ್ಯದಿಂದ, "ಮಮ್ಮಿ... ನಿನ್ನ ಕೂದಲೆಲ್ಲ ಬೆಳ್ಳಗಾಗಿದೆ ಇಲ್ಲಿ?" ಎಂದು ಕೇಳಿದಳು. ಬಹಳ ಬೇಗ ನೆರೆತ ಕೂದಲಿನಿಂದ ಮೊದಲೇ ನೊಂದಿದ್ದ ಮನ, ಹಾಗಾಗಿ ಮೆಹೆಂದಿ ಹಚ್ಚಿ ಬಿಳಿ ಕೂದಲನ್ನು ಮರೆಮಾಚಲು ಯತ್ನಿಸುತ್ತಿದ್ದ ನನಗೆ ಸ್ವಲ್ಪ ಬೇಸರವಾದರೂ ಅದನ್ನ ಪಟ್ಟ ಮಗುವಿಗೆ ಏಕೆ ಮಗಳಿಗೆ ತೋರಿಸಿಕೊಳ್ಳೊದು ಅಂಥ ಅವಳಿಗೆ,

"ಹೌದು ಚಿನ್ನು... ನಿಮ್ಮ ಮಮ್ಮಿ ಅಜ್ಜಿ ಆಗ್ತಿದ್ದಾಳೆ ಏನ್ ಮಾಡೋದು?" ಎಂದು ತಮಾಷೆಗೆ ಎಂದೆ. ಆಗವಳು, ಛೆ, ಮಮ್ಮಿಗೆ ಬೇಜಾರು ಮಾಡಿಬಿಟ್ಟೆ ಅಂತ ತಕ್ಷಣವೆ ಅದನ್ನ ಅಲ್ಲೆ ಸುಧಾರಿಸೋ ಪ್ರಯತ್ನ ಮಾಡ್ತಾ.. ಮುದ್ದು ಮುದ್ದಾಗಿ ಉಲಿದಳು..

"ಮೈ ಮಮ್ಮಿ ಈಸ್ ದ ಬೆಸ್ಟ್. ಯಾಕಂದ್ರೆ, ನನ್ ಮಮ್ಮಿಗೆ ಎಲ್ಲಾ ಕಲರ್ ಕೋದಲಿದೆ... ಬ್ಲಾಕ್, ಬ್ರೌನ್, ಗ್ರೇ.. (ಬಹಳ ಹೆಮ್ಮೆಯಿರುವಂತೆ...) ಮೈ ಮಮ್ಮಿ ಈಸ್ ದ ಬೆಸ್ಟ್!!

****

ಅಧ್ಯಾಯ ೧೪

"ಕೈಯಲ್ಲಿ ಅಡುಗೆ ರೇಖೆ"!!

ನಾನು ಮಾಡುವ ಎಲ್ಲ ಅಡುಗೆಯನ್ನು ನಿಜವಾಗಿ ತಿನ್ನುವ ಏಕೈಕ ಸದಸ್ಯೆ — ನನ್ನ ಮಗಳು! ಊಟದಲ್ಲಿ ಟೊಮೇಟೋ ಸಿಕ್ಕಿದರೆ "ವ್ಯಾ" ಎಂದು ಮುಖ ಮುಚ್ಚಿಕೊಳ್ಳುವ ಅವಳಿಗೆ, ಒಂದು ದಿನ ತರಕಾರಿ ಇಲ್ಲದಿರದ ಕಾರಣ ಟೊಮೇಟೋ ರೈಸ್ ಮಾಡಿ ಡಬ್ಬಿಯಲ್ಲಿ ತುಂಬಿ ಶಾಲೆಗೆ ಕಳುಹಿಸಿದೆ. ತಿನ್ನದೆ ಹಿಂತಿರುಗಿ ತರುತ್ತಾಳೆ ಎಂದುಕೊಂಡಿದ್ದೆ. ಆದರೆ ಶಾಲೆಯಿಂದ ಬಂದಾಗ ಅವಳ ಖಾಲಿ ಡಬ್ಬಿ ನೋಡಿ ಅಚ್ಚರಿಯಾಗಿ ಕೇಳಿದೆ. ಅವಳು ಹೇಳಿದ ಮಾತು —

"ಹೌದು… ಟೊಮೇಟೋ ಸಿಪ್ಪೆ ಸಿಕ್ಕರೆ ವಾಂತಿ ಬರೋ ತರ ಅನಿಸ್ತು. ಆದರೆ ಮಮ್ಮಿ ಕಷ್ಟಪಟ್ಟು ಮಾಡಿದ್ದಾಳೆ ಅಂತ ತಿಂದೆ."

ಮೂರನೇ ತರಗತಿಯಲ್ಲಿ ಓದುತ್ತಿದ್ದ ಅವಳ ಬಗ್ಗೆ ನನಗೆ ಹೆಮ್ಮೆ ಮೂಡಿತು. "ಊಟ ಪ್ರಿಯೆ" ನನ್ನ ಮಗಳು, ಏನೇ ಮಾಡಿ ಬಡಿಸಿದರೂ, ಇಷ್ಟವಿಲ್ಲದಿದ್ದರೂ ಸಹ ತಿನ್ನುವ ಅವಳ ಗುಣ ನನಗೆ ತುಂಬಾ ಮೆಚ್ಚುಗೆ. ಕೆಲವೊಮ್ಮೆ ಟಿವಿಯಲ್ಲಿ **MasterChef India (ಮಾಸ್ಟರ್ ಶೆಫ್)** ಪ್ರೋಗ್ರಾಮ್ ನೋಡುತ್ತಾ ನನಗೆ ಹೊಸ ಉತ್ಸಾಹ ಬರುತ್ತಿತ್ತು. ಹೊಸ ರುಚಿಗಳನ್ನು ಪ್ರಯತ್ನಿಸುತ್ತಿದ್ದೆ. ಚೆನ್ನಾಗಿ ಬಂದರೆ —

"ಪರವಾಗಿಲ್ಲ, ಫಸ್ಟ್ ರೌಂಡ್‌ಗೆ ಹೋಗ್ಬಹುದು!" ಎಂದು ನನ್ನನ್ನು ಉತ್ತೇಜಿಸುತ್ತಿದ್ದಳು.

ಅದೇ ಹೊಸ ರುಚಿ ಕೆಟ್ಟರೆ —

"ಈ ತರ ಮಾಡ್ರೆ, ಮಾಸ್ಟರ್-ಶೆಫ್‌ನ ಗೇಟ್ ಸಹ ಮುಟ್ಟೋಕೆ ಬಿಡಲ್ಲ ಮಮ್ಮಿ ನಿಂಗೆ!" ಎಂದು ಕಡ್ಡಿ ಮುರಿದಂತೆ ನೇರವಾಗಿ ಹೇಳಿ ಬಿಡುತ್ತಿದ್ದಳು. ಅದೆಷ್ಟೋ ಸಲ ಹೊಗಳುತ್ತಾ, ತೆಗಳುತ್ತಾ — ನನಗೆ ಅಡುಗೆಯಲ್ಲಿ ಕನಿಷ್ಠವಾದ್ರೂ ಆಸಕ್ತಿ ಮೂಡಿಸಿದ್ದು ಕೂಡ ಅವಳೇ! ಇಂದಿಗೂ ಅವಳಿಗಾಗಿ ಅಡುಗೆಯಲ್ಲಿ ವೈವಿಧ್ಯತೆ ತರುವ ಪ್ರಾಮಾಣಿಕ ಪ್ರಯತ್ನ ಮಾಡುತ್ತಲೇ ಇದ್ದೇನೆ. ನನ್ನ ಪ್ರಯತ್ನ ಗಮನಿಸಿದ ಮಗಳು ಕೆಲವೊಮ್ಮೆ ಮೆಚ್ಚುಗೆ ವ್ಯಕ್ತಪಡಿಸುವವಳಾದರೂ, ನನ್ನ ಅಡುಗೆಯ ಅಪರಿಮಿತ "ನೈಪುಣ್ಯತೆ"ಗೆ ಕಡ್ಡಿ ಮುರಿಯುವಂತೆ ಒಂದೇ ಸಲ

"ಮಮ್ಮಿ... ಯಾಕೆ ಕಷ್ಟಪಡ್ತೀಯಾ? ಸುಮ್ಮನೆ ನನ್ನ ಮೇಲೆ ವ್ಯರ್ಥ ಪ್ರಯೋಗ ಬೇಡ. ನಿನ್ನ ಕೈಲಿ ಅಡುಗೆ ರೇಖೆನೇ ಇಲ್ವಿರೋವಾಗ!!" ಅಂದುಬಿಡೋದೆ?!!

****

ಅಧ್ಯಾಯ ೧೫

“ಕುಡಕ ಗಂಡ ಬೇಡ”

ಕತೆ ಹೇಳೋದನ್ನು ನಿಲ್ಲಿಸಿದ್ದೆ. ಆದರೂ ಅವಳಿಗೆ ಅದರಿಂದ ವ್ಯತ್ಯಾಸವಾದಂತೆ ಅನಿಸಲಿಲ್ಲ. ಅಷ್ಟರಲ್ಲೇ ಟಿವಿಯಲ್ಲಿನ ಧಾರಾವಾಹಿಗಳು ಅವಳನ್ನು ತಮ್ಮ ಕಡೆಗೆ ಹಿಡಿದಿಟ್ಟಿದ್ದವು. ಧಾರಾವಾಹಿಯ ಪಾತ್ರಗಳನ್ನು ವಿಶ್ಲೇಷಿಸದೇ ಇರುತ್ತಾಳೆಯೇ?

ಅಂದು ನನಗೆ ರಜೆ. ಆದ್ದರಿಂದ ಆರು ವರ್ಷದ ಮಗಳು ನನಗಾಗಿ ಕಾಯ್ತಿದ್ದಳು. ಮನೆಯಲ್ಲೇ ಉಳಿದು ಅವಳ ಜೊತೆ ಅವಳ ಮೆಚ್ಚಿನ ಧಾರಾವಾಹಿ ನೋಡುವ ಸೌಭಾಗ್ಯ ಆ ದಿನ ನನ್ನದಾಗಿತ್ತು. ಹೇಗಾದರೂ ಅವಳ ಪ್ರಶ್ನೆಗಳು ನಿಂತಿವೆ. ಯಾಕೆಂದರೆ, ಕತೆಗಾರ ಅವಳ ಮುಂದಿಲ್ಲವಲ್ಲ ಅಂತ ಅನ್ಕೊಂಡು ನಗು ಬಂದ್ರೂ ಹತೋಟಿಯಲ್ಲಿಟ್ಟುಕೊಂಡಿದ್ದೆ. ಇದ್ದಕ್ಕಿದ್ದಂತೆ ಶುರುವಾಯ್ತು ನನ್ನ ಮಗಳ ಮತ್ತೊಂದು ಪಾತ್ರ ಪರಿಚಯ!

“ಮಮ್ಮಿ, ನೀನು ನನಗೆ ಹುಡುಗನನ್ನು ಹುಡುಕಿ ಮದುವೆ ಮಾಡ್ತೀಯಲ್ಲ?” ಅವಾಕ್ಕಾದೆ!

“ಆಃ!!! ನಾನು ಹುಡುಗನನ್ನು ನೋಡಿ ನಿನಗೆ ಮದುವೆ ಮಾಡಬೇಕಾ ಚಿನ್ನ?” ಎಂದು ಕೇಳಿದೆ.

“ಈಗಲ್ಲ… ಮುಂದೆ.” ಎಂದಳು.

“ಓಹ್ ಓಕೆ…” ಎಂದು ಹೇಳುತ್ತಿದ್ದಂತೆಯೇ —

“ಹೂಂ… ಆಗ ಯಾರು ಕುಡಿಯಲ್ವೋ ಅಂತಹವನನ್ನ ಹುಡುಕು ಆಯ್ತಾ?” ಎಂದಳು.

ಕುತೂಹಲದಿಂದ ಕೇಳಿದೆ —

“ಯಾಕೆ ಚಿನ್ನ?”

ಅವಳು ಗಂಭೀರವಾಗಿ —
"ಸಮಾಜದಲ್ಲಿ ಎಷ್ಟು ಅವಮಾನ ಮಮ್ಮಿ, ಕುಡಕ ಗಂಡನನ್ನು ಕಟ್ಟಿಕೊಂಡ್ರೆ!" (ಆಘಾತವಾದ್ರೂ ಸುಧಾರಿಸ್ಕೊಂಡು)
"ಮತ್ತೆ ನಿನ್ನ ಮದುವೆ ಆದ ಮೇಲೆ ಅವನು ಕುಡಿಯೋಕೆ ಶುರು ಮಾಡಿದ್ರೆ?" ಎಂದೆ
"ನೀನು ಅಪ್ಪನ್ನ ಕಂಟ್ರೋಲ್‌ನಲ್ಲಿ ಇಟ್ಕೊಂಡಿದ್ಯಲ್ಲ, ಅದನ್ನ ನನಗೂ ಹೇಳಿಕೊಡು!"

ಎಂದುಬಿಡೋದೆ?ґ

"ಇಷ್ಟು ಮಾತ್ರ ಅರಿತ್ಕೊಂಡಿದಿಯಾ ಅಂದ ಮೇಲೆ ನಾನು ಏನು ಹೇಳಿಕೊಡೋದು ಚಿನ್ನ? ನಿಂಗಿರೊ ನಾಲೆಡ್ಜ್ ಗೆ ಎಂಥಾ ಗಂಡನನ್ನಾದ್ರೂ ನಿಭಾಯಿಸ್ತೀಯಾ ಬಿಡು ಚಿನ್ನಿ!" ಎಂದೆ.

ಆರು ವರ್ಷದ ಮಗುವಿಗೆ ಈ ವಾಸ್ತವ ಅರ್ಥವಾಗುತ್ತೆ... ಆರಡಿ ಗಂಡಸರಿಗೆ ಇನ್ನೂ ಅರ್ಥವಾಗ್ತಿಲ್ಲ??!!

****

ಅಧ್ಯಾಯ ೧೬

"ಭದ್ರ ಬುನಾದಿ"

ಒಂದು ವಿಶೇಷ ಗುಣ ನನ್ನ ಮಗಳಲ್ಲಿತ್ತು — ಟಿವಿಯಲ್ಲಿ ಬರುತ್ತಿದ್ದ ಎಲ್ಲ ಧಾರಾವಾಹಿಗಳ ಶೀರ್ಷಿಕೆ ಗೀತೆಗಳನ್ನು ಸರಿಯಾಗಿ, ಅವು ಬರುವ ಸಮಯಕ್ಕೇ ಸರಿಯಾಗಿ ರಾಗದಲ್ಲಿ ಗುನುಗುವುದು! ಅದನ್ನು ಕೇಳುತ್ತಾ ಅವಳನ್ನು ಹಾಡುಗಾರ್ತಿಯನ್ನಾಗಿಸಬೇಕು ಎಂಬ ಕನಸು ನನ್ನಲ್ಲಿ ಮೂಡಿತ್ತು ಎಂದರೆ ತಪ್ಪೇನಿಲ್ಲ. ಮಗಳನ್ನು ದೊಡ್ಡ ಸಂಗೀತಗಾರ್ತಿ ಮಾಡಬೇಕು ಎಂಬ ಕನಸನ್ನೇನೊ ಕಟ್ಟಿಕೊಂಡೆ ನಿಜ. ಅದಕ್ಕೆ ನನ್ನ ಪ್ರಯತ್ನ ಮಾಡದಿದ್ದರಯಿತೆ?

ಅವಳು ಎರಡುವರೆ ವರ್ಷವಿದ್ದಾಗಲೆ ಶುರುವಾಗಿತ್ತು ನನ್ನ ಕಡೆಯಿಂದ ಪ್ರಾಮಾಣಿಕ ಪ್ರಯತ್ನ. ಮೊಟ್ಟ ಮೊದಲ ಬಾರಿ ಮನೆಯ ಹಿಂದಿನ ರಸ್ತೆಯಲ್ಲಿದ್ದ ಸಂಗೀತ ಮೇಡಂ ಅವರನ್ನು ಭೇಟಿ ಮಾಡಿ, "ನನ್ನ ಮಗಳಿಗೆ ಸಂಗೀತದತ್ತ ಒಲವಿದೆ ಅನಿಸುತ್ತಿದೆ. ತೊಟ್ಟಿಲಲ್ಲೇ ಗುನುಗುಡುತ್ತಿದ್ದಳು" ಎಂದು ವಿವರಿಸಿದೆ. ಆಕೆ ನಸುನಗುತ, "ಇಷ್ಟು ಸಣ್ಣ ಮಗುವಿಗಾ ?" ಎನ್ನಲು ಮಗುವಿನಷ್ಟೆ ಸಣ್ಣಗಾದ ನನ್ನ ಮುಖ ನೋಡಿ ," ಆಯ್ತು ಒಂದ್ ಸಣ್ಣ ಪ್ರಯತ್ನ ಮಾಡಿ ನೋಡೋಣ ಬಿಡಿ," ಎಂದು ಒಪ್ಪಿಕೊಂಡರು.

"ನಿನಗೆ ಹಾಡೋಕೆ ಬರತ್ತಾ?" ಎಂದು ಕೇಳಿ, ಒಂದು ಶ್ಲೋಕದ ಸಾಲು ಹೇಳಿ ಕೊಟ್ಟು "ಹಾಡು" ಎಂದರು. ಅವಳು ಧೈರ್ಯವಾಗಿ ಹಾಡಿದಳು. "ಚಿಕ್ ಮಗು, ಆದರೆ ನೀವು ಹೇಳಿದಂತೆ ಗ್ರಹಿಕೆ ಚೆನ್ನಾಗಿದೆ. ಕಲಿಸುತ್ತೇನೆ," ಎಂದಾಗ — ನನ್ನ ತಾಯಿ ಮನಸ್ಸು ಆಕಾಶದ ಮೋಡದಲ್ಲೆಲ್ಲೊ ಪಯಣಿಸಲು ಶುರು ಮಾಡಿತ್ತು.

ಎರಡು ತಿಂಗಳಲ್ಲಿ ಕಲಿತ ಅವಳ ಗಣಪತಿ ಭಜನೆ ಇಂದಿಗೂ ನನ್ನ ಕಿವಿಯಲ್ಲಿ ಮೊಳಗುತ್ತದೆ. ಆದರೆ ನಂತರ ಬಾಡಿಗೆ ಮನೆ ಬದಲಾಯಿಸಬೇಕಾಯಿತು. ಹೊಸ ಗುರುಗಳ ಹುಡುಕಾಟ ಶುರುವಾಯಿತು. ಆಗ ನನಗೆ ಹೊಳೆದ ಉಪಾಯ ಏನಂದ್ರೆ ಸಂಗೀತ ಸ್ಪರ್ಧೆಗಳಿಗೆ ಹೋಗಿ, ಚೆನ್ನಾಗಿ ಹಾಡುವ ಮಕ್ಕಳ ಗುರುಗಳನ್ನು ಸಂಪರ್ಕಿಸುವುದು. ಹೀಗೆ ಸಂಶೋಧನೆ ಮಾಡಿ, ಗುರುದಕ್ಷಿಣೆಯೊಂದಿಗೆ ಶಾಲೆಗೆ ಸೇರಿಸಿದೆ.

ಎರಡನೇ ದಿನವೇ ಮಗಳ ಘೋಷಣೆ —"ನನಗೆ ಮೇಷ್ಟ್ರು ಬೇಡ… ಮೇಡಂ ಬೇಕು!"

ಮಧ್ಯಮ ವರ್ಗದ ನಾನು ಗುರುದಕ್ಷಿಣೆ ವ್ಯರ್ಥವಾಗಲು ಬಿಡುವೆನಾ? ಯಾವ ವಯಸ್ಸಿನಲ್ಲಾದರೂ ವಿದ್ಯೆ ಕಲಿಯಬಹುದು ಎಂದು ತೀರ್ಮಾನಿಸಿ, ನಾನು ಸ್ವತಃ ಕಲಿಯಲು ಶುರುಮಾಡಿದೆ. ಸ್ನಾನಗೃಹದಲ್ಲೋ, ಮಿಕ್ಸಿ ಶಬ್ದದ ಮಧ್ಯದಲ್ಲೋ ಹಾಡುತ್ತಿದ್ದ ನಾನು, ನಿಧಾನವಾಗಿ ಸಣ್ಣಪುಟ್ಟ ಕಾರ್ಯಕ್ರಮಗಳಲ್ಲಿ ವೇದಿಕೆಯಲ್ಲಿ ಹಾಡುವಂತಾದೆ.

ನಂತರ ಅವಳಿಗಾಗಿಯೇ ಒಳ್ಳೆಯ ಮೇಡಂ ಸಿಕ್ಕರು. ನಾಲ್ಕು ವರ್ಷ ಅಭ್ಯಾಸವೂ ನಡೆಯಿತು. ಆದರೆ ಒಂದು ಅಡ್ಡಿ ಎಂದ್ರೆ ಶಾಲೆಯಿಂದಲೇ ನೇರವಾಗಿ ಕ್ಲಾಸ್‌ಗೆ ಹೋಗಬೇಕು. ಆಗ ಅವಳ ಗುನುಗುವಿಕೆ ಬದಲು ಗೊಣಗಾಟ ಹೆಚ್ಚಾಯಿತು. ಲಂಚವಾಗಿ ಐಸ್‌ಕ್ರೀಮ್, ಕುರುಕುಗಳು ಕೊಟ್ಟು ಕರೆದುಕೊಂಡು ಹೋಗುತ್ತಿದ್ದೆ. ಅದೇ ಸಮಯದಲ್ಲಿ, ನನ್ನ ಉನ್ನತ ವಿದ್ಯಾಭ್ಯಾಸದ ಸಮ್ಮೇಳನಕ್ಕಾಗಿ ಹೊರ ರಾಜ್ಯಕ್ಕೆ ಐದು ದಿನ ಹೋಗಬೇಕಾಯಿತು. ಅವಳ ಸಂಗೀತಾಭ್ಯಾಸದ ಜವಾಬ್ದಾರಿ ಅವಳ ತಂದೆಗೆ ಒಪ್ಪಿಸಿ ಹೊರಟೆ.

ನಾನು ಹಿಂದಿರುಗುವಷ್ಟರಲ್ಲಿ, ಮಗಳು ಸಂಗೀತಕ್ಕೆ ನಮಸ್ಕಾರ ಹೇಳಿಬಿಟ್ಟಿದ್ದಳು!
"ಮಮ್ಮಿಯ ಬಲವಂತಕ್ಕೆ ಹೋಗುತ್ತಿದ್ದೆ. ಶಾಲೆ ನಂತರ ಎಷ್ಟು ಕಷ್ಟ ಆಗ್ತದೆ ಗೊತ್ತಾ?" ಎಂದಿತ್ತಂತೆ. "ಮಕ್ಕಳಿಗೆ ಏನನ್ನೂ ಹೇರುಬಾರದು" — ಅವಳ ತಂದೆಯ ಅಂತಿಮ ತೀರ್ಪು! ನಾಲ್ಕು ವರ್ಷದ ನನ್ನ ಪ್ರಯತ್ನಕ್ಕೆ ಸಿಕ್ಕ ಬಿರುದು — "ತನ್ನ ಕನಸನ್ನು ಮಗಳ ಮೇಲೆ ಹೇರುವ ತಾಯಿ."
ಸ್ವಲ್ಪ ವರ್ಷಗಳ ನಂತರ, ಟಿವಿಯಲ್ಲಿ ಸಂಗೀತ ರಿಯಾಲಿಟಿ ಶೋಗಳನ್ನು — ಉದಾಹರಣೆಗೆ **ಸ ರಿ ಗ ಮ ಪ** — ನೋಡುತ್ತಿದ್ದಾಗ ಅವಳು ಹೇಳುತ್ತಿದ್ದಳು:
"ನನಗೆ ಶಾಲೆ, ಸಂಗೀತ ಎರಡನ್ನೂ ಮಾಡ್ಬೇಡ ಅಂದಿದ್ರೆ ಬಹುಶಃ ಸಂಗೀತ ಕಲಿತಿರ್ತಿದ್ದೆನೋ…" (ನನ್ನ ಮುಖ ನೋಡುವಳು!) . ಯಾವ ತಾಯಿ ತನ್ನ ಮಕ್ಕಳ ವಿದ್ಯಾಭ್ಯಾಸ ಬಿಟ್ಟು ಬೇರೆದ್ದನ್ನೇ ನಂಬು ಎಂದು ಹೇಳಲು ಸಾಧ್ಯ? ಮೊದಲಿನಿಂದಲೂ [ಶೈಕ್ಷಣಿಕ ವಿದ್ಯೆಯೇ ಬದುಕಿನ ಭದ್ರ ಬುನಾದಿ' ಎಂದು ನಂಬಿದ್ದವಳು ನಾನು.

ಸಂಗೀತ ಕಲಿಕೆ ಮಧ್ಯದಲ್ಲೇ ನಿಂತರೂ, ಚಿತ್ರಗೀತೆಗಳ ಬಗ್ಗೆ ಅವಳ ಜ್ಞಾನ ಸರಾಗವಾಗಿ ಬೆಳೆದೇ ಇತ್ತು. ಪ್ರತಿ ವರ್ಷ ನನ್ನ

ಹುಟ್ಟುಹಬ್ಬಕ್ಕೆ, ತನ್ನ ಕೈಯಾರೆ ಮಾಡಿದ ಕಾಣಿಕೆ ಕೊಡುವುದು ಅವಳ ರೂಢಿ — ಅಪ್ಪ ಅಮ್ಮನ ಹಣ ಬಳಸದೆ! ಒಮ್ಮೆ ಹತ್ತನೇ ತರಗತಿ ಪರೀಕ್ಷೆಯ ವೇಳೆ, ಸಮಯಾಭಾವದಿಂದ "ಸಾರಿ ಮಮ್ಮಿ, ಈ ಸಲ ನನ್ನ ಕೈಲಿ ಏನೂ ಮಾಡೋಕಾಗಿಲ್ಲ. ಬಾಯಲ್ಲಿ ಮಾತ್ರ ಆಶಯ ತಿಳಿಸ್ತೀನಿ," ಎಂದು ಶಾಲೆಗೆ ಹೋದಳು. ಬೇಸರವಾದರೂ 'ಪಾಪ ಮಗು' ಎಂದುಕೊಂಡೆ. ಮಧ್ಯಾಹ್ನ ಹನ್ನೆರಡು ಗಂಟೆಗೆ ನನ್ನ ಫೋನಿನಲ್ಲಿ ಸಂದೇಶ. ತೆರೆದು ನೋಡಿದರೆ , ತಾಯಿಯ ಬಗ್ಗೆ ಒಂದು ಹಾಡನ್ನು ನನಗಾಗಿ ಕಲಿತು, ಮೊದಲ ಬಾರಿಗೆ ಕರೋಕೆ ಜೊತೆಗೆ ಹಾಡಿ ಕಳುಹಿಸಿದ್ದಳು! ಆ ಕ್ಷಣ, ಆಶ್ಚರ್ಯದಿಂದ ನನ್ನ ಬಾಯಿ ಕಟ್ಟಿಹಾಕಿತು.

ಸಂಬಂಧಗಳ ಮೌಲ್ಯಗಳ ಅರಿವಿನಾ ಅವಳ ಆ ವಿದ್ಯೆ, ಅವಳು ಸಂಗೀತ ಕಲಿಯಲು ಹಿಂದೇಟು ಹಾಕಿದ್ದರ ನೋವನ್ನು ಮರೆಸಿಬಿಟ್ಟಿತು.

****

ಅಧ್ಯಾಯ ೧೭

"ಕುಂಟು ಕಲಾವಿದೆ"!!

ಒಮ್ಮೆ ಆಸ್ಪತ್ರೆಯ ದಾಖಲೆಗಳಿಗೆಂದು ಕುಟುಂಬದ ಫೋಟೊ ತೆಗೆಸಬೇಕಾಗಿತ್ತು. ಸರಿ, ನಾವು ನಾಲ್ವರು – ನಾನು, ನನ್ನ ಪತಿ, ಮಗ ಮತ್ತು ಮಗಳು – ತಕ್ಕಮಟ್ಟಿಗೆ ರೆಡಿಯಾಗಿ ಫೋಟೊ ಸ್ಟುಡಿಯೋಗೆ ಹೋದೆವು. ಅಲ್ಲಿ ಫೋಟೊ ತೆಗೆವವರು ನಮ್ಮ ಮಗ ಸಾಕಷ್ಟು ನಮ್ಮ ಭುಜಕ್ಕೆ ಬರುವಷ್ಟು ಎತ್ತರವಾಗಿದ್ದರಿಂದ, ಮೂವರು ಜನರನ್ನು ಮುಂದೆ ಕುಳ್ಳಿರಿಸಿ, ಅವಳನ್ನು ಹಿಂದೆ ನಿಲ್ಲುವಂತೆ ಹೇಳಿದರು. ನನ್ನ ಮಗಳಿಗೆ ಏನೋ ಅವಳನ್ನು ಕಡೆಗಣಿಸಿದಂತೆ ಅನಿಸಿರಬಹುದು. ತಕ್ಷಣವೇ, "ಅಮ್ಮ, ತುಂಬಾ ಕಾಲು ನೋವು... ನಿಲ್ಲಲಾಗುತ್ತಿಲ್ಲ" ಎಂದು ತನ್ನ ನಟನಾ ಕೌಶಲ್ಯ ತೋರಿಸಲು ಶುರುಮಾಡಿದಳು. ಏನಾಯಿತೆಂದು ಎಲ್ಲರಿಗೂ ಗಾಬರಿ, ಆದರೆ ನನಗೆ ಮಾತ್ರ ಮನದಲ್ಲಿ ನಗು. ಕೊನೆಗೆ ಅವಳ ಅಭಿನಯಕ್ಕೆ ಮರುಗಿ, ಅವಳನ್ನು ಅಪ್ಪ-ಅಮ್ಮನ ಮಧ್ಯೆ ಕುಳ್ಳಿರಿಸಿ, ಮಗನನ್ನು ಹಿಂದೆ ಕಳುಹಿಸಿ ಫೋಟೋ ಕ್ಲಿಕ್ಕಿಸಿದರು!

ಕುಂಟುತ್ತಾ ತನ್ನ ಬೇಡಿಕೆಯನ್ನು ಅಂತೂ ಸಾಧಿಸಿಕೊಂಡಳು ನನ್ನ ತುಂಟ... ಕುಂಟು ಕಲಾವಿದೆ!

****

ಅಧ್ಯಾಯ ೧೮

"ಜೀವನದ ಉಪ್ಪು"!!

ನನ್ನ ದುಡಿತದ ಅವಶ್ಯಕತೆ ನಡುವೆ ಆಗೆಲ್ಲಾ, ಮಗಳನ್ನು ಓದುವಲ್ಲಿ ಮಗ್ನಳನ್ನಾಗಿಸಿ ಸಂಜೆ ಕ್ಲಿನಿಕ್‌ಗೆ ಹೋಗಿ ಬರುತ್ತಿದ್ದೆ. ಅದರ ಬಗ್ಗೆ, ಇತ್ತೀಚಿನ ದಿನಗಳಲ್ಲಿ ನನ್ನ ಮಗಳು ಹೇಳಿದ ಮಾತುಗಳನ್ನು ಹಂಚಿಕೊಳ್ಳಲೇಬೇಕು.

"ಮಮ್ಮಿ, ನೀನ್ ಕ್ಲಿನಿಕ್‌ಗೆ ಹೋಗೊ ಮೊದಲು ನನಗೆ ಕನ್ನಡ ಕಾಗುಣಿತ ಬರೆದಿಡು, 15ರಿಂದ 20ರ ವರೆಗಿನ ಟೇಬಲ್‌ಗಳು (ಮಗ್ಗಿ) ಕಲ್ತಿರಬೇಕು, ನೋಡದೆ ಬರೆಯಲು ಗೊತ್ತಿರಬೇಕು ವಾಪಸ್ ಬರುವಷ್ಟರಲ್ಲಿ" ಅಂತ ಹೇಳಿ ಕಾರು ಹತ್ತಿಕೊಂಡು ಹೋಗಿಬಿಡುತ್ತಿದ್ದೆ. ಅದು ಕೆಲಸಕ್ಕೆ ಹೋಗ್ತಿದ್ದೆಂದು ನನಗೆ ಆಗ ಗೊತ್ತಿರಲಿಲ್ಲ. ಮಮ್ಮಿ ಮಾತ್ರ ಹೊರಗೆ ಹೋಗ್ತಾಳೆ, ನನಗೆ ಮಾತ್ರ ಬರೆಯಲು ಕೂರಿಸ್ತಾಳೆ ಅಂತ ನಿನ್ನ ಆಗೆಲ್ಲಾ ಬೈದುಕೊಳ್ಳುತ್ತಿದ್ದೆ. ಗೊತ್ತಿರಲಿಲ್ಲ. Sorry, ನಮಗಾಗಿ ಹೆಚ್ಚು ದುಡಿಯುತ್ತಿದ್ದೆ ಪಾಪ ನೀನು ಎಂದು.

ಅಷ್ಟಿದ್ದರೂ ಒಂದು ದಿನವೂ "ಏನಾಯ್ತು ಇವತ್ತು ಶಾಲೆಯಲ್ಲಿ?" ಎಂದು ಕೇಳದೆ ನೀನ್ ಇರ್ಲಿಲ್ಲ. ಪ್ರತಿದಿನ ನಮ್ಮ ನಿತ್ಯದ ಪಾಠದ ಬಗ್ಗೆ ಏನೇ ಡೌಟ್ಸ್ ಇದ್ದರೂ ನೀನಿರುತ್ತೀಯ ಅನ್ನೋ ಧೈರ್ಯ ನನಗಿತ್ತು. ಹಾಗಾಗಿ ಯಾವ ಟ್ಯೂಷನ್ ಪಿಡುಗು ನನ್ನನ್ನು ಕಾಡಲಿಲ್ಲ. ಅದರಲ್ಲೂ ಬಂಧುಗಳು... "ಟೆಂಥ್ ಸ್ಟ್ಯಾಂಡರ್ಡ್ಗೆ ಟ್ಯೂಷನ್‌ಗೆ ಹೋಗಲ್ಲವಾ?" ಎಂದು ಹುಬ್ಬೇರಿಸಿದಾಗಲೂ!!

ಬಹುಶಃ ಇಡೀ ಶಾಲೆಯಲ್ಲಿ, ಐ ಸಿ ಎಸ್ ಇ ಯ ಹತ್ತನೇ ತರಗತಿಯಲ್ಲಿ ಟ್ಯೂಷನ್‌ಗೆ ಹೋಗದೆ ಗುಡ್ ಸ್ಕೋರ್ (94%) ಮಾಡಿದ ಏಕೈಕ ಸ್ಟೂಡೆಂಟ್ ನಾನು ಆಗಲು ನೀನೇ ಕಾರಣ. ಕೊನೆಗೆ ದ್ವಿತೀಯ ಪಿಯುಸಿಗೂ ಸಹ ಯಾವ ಟ್ಯೂಷನ್ ಇಲ್ಲದೆ ಸಾಕಷ್ಟು ಸ್ಕೋರ್ (93%) ಮಾಡಿದೆ. ನಾನು ಡೌಟ್ಸ್ ಕೇಳೋ ಮೊದಲೇ ನನಗಿರಬಹುದಾದ ಡೌಟ್ ಯಾವ ಪಾಯಿಂಟ್‌ನಲ್ಲಿ ಎಂಬುದನ್ನು ನನಗೆ ಆಶ್ಚರ್ಯವಾಗುವ ಮಟ್ಟಿಗೆ ನೀನ್ ಗೆಸ್ ಮಾಡುತ್ತಿದ್ದೆ. ಅಷ್ಟು ಚೆನ್ನಾಗಿ ನಿನಗೆ ನಿನ್ನ ಮಗಳ ಬಗ್ಗೆ ಗೊತ್ತಿತ್ತು. "Mommy, in my life... you are like salt."
(ಮಮ್ಮಿ, ನೀನು ನನ್ನ ಜೀವನದಲ್ಲಿ ಉಪ್ಪಿನಂತೆ!)

****

ಅಧ್ಯಾಯ ೧೯

“ನೈಜ ಶಾಲೆ”

ಜೀವನದ ಹಾದಿಯಲ್ಲಿ ಪ್ರತಿಯೊಬ್ಬ ಮನುಷ್ಯನು ಒಂದಲ್ಲೊಂದು ಕಲಿಕೆಯ ಸದಾ ಮುಂದುವರಿಸುತ್ತಾನೆ... ತನ್ನ ಜೀವಂತಿಕೆಗೆ ಸಾಕ್ಷಿಯೆಂಬಂತೆ!! ಯಾವಾಗ ಕಲಿಕೆ ನಿಲ್ಲುತ್ತದೋ... ಅಂದು ಅವನ ಬಾಳಿನ ಕೊನೆಯಾಗುತ್ತದೆ. ಎಡವುತ್ತಾ, ಏಳುತ್ತಾ ಸಾಗುವ ಈ ಜೀವನವನ್ನೇ ನೈಜವಾದ ಪಾಠಶಾಲೆ ಎನ್ನಬಹುದಲ್ಲವೇ? ಕಲಿಕೆಗೆ ಪೂರ್ಣವಿರಾಮ ಎಂದೂ ಸಿಗುವುದೇ ಇಲ್ಲ. ಮಕ್ಕಳಷ್ಟೇ ಅಲ್ಲ, ದೊಡ್ಡವರಾದ ಮೇಲೂ ಸಹ!! ಈ ವಿಷಯಕ್ಕೆ ಒಂದು ಸಣ್ಣ ಕಥೆ ಇದೆ.

ತಂದೆ-ತಾಯಿ ಇಬ್ಬರೂ ಕೆಲಸಕ್ಕೆ ಹೋಗುವ ಈ ಕಾಲದಲ್ಲಿ ಮಕ್ಕಳಿಗಾಗಿ ಸುಭದ್ರವಾದ ವಾಸಸ್ಥಾನವೆಂದರೆ... ಅಮ್ಮ, ಅತ್ತೆ, ಸಹೋದರ ಸಂಬಂಧಿಗಳ ಮನೆಗಳ ಪಕ್ಕದಲ್ಲಿ ಬಾಡಿಗೆ ಮನೆ ಮಾಡಿಕೊಂಡು ವಾಸಿಸುವುದು. ಅಂತೆಯೇ ಆಗಲ್ಲ... ನನ್ನ ಗಂಡ ಕೆಲಸದ ನಿಮಿತ್ತ ಬೇರೆ ಊರಿನಲ್ಲಿ ಇರಲು, ನಾನು ಮತ್ತು ಮಕ್ಕಳು ಮಾತ್ರ ನನ್ನ ಅಕ್ಕನ ಮನೆಯೊಂದರ ಪಕ್ಕದಲ್ಲಿ ಬಾಡಿಗೆಗೆ ಇದ್ದೆವು. ಅಕ್ಕನ ಮಗಳು ಮತ್ತು ನನ್ನ ಮಗಳ ನಡುವೆ ಸಹಜವಾಗಿಯೇ ಅನ್ಯೋನ್ಯ ಬಾಂಧವ್ಯ ಬೆಸೆಯಿತು. ಎಷ್ಟರ ಮಟ್ಟಿಗೆಂದರೆ... ಶಾಲೆಯಿಂದ ಬಂದ ನಂತರ ಹೊಟ್ಟೆ ಎಷ್ಟೇ ಹಸಿದಿದ್ದರೂ, ಅಕ್ಕಳ ಶಾಲಾ ಬಸ್ಸು ಬರುವವರೆಗೂ ದೊಡ್ಡಮ್ಮನೊಡನೆ ಹೋಗಿ, ತನ್ನಕ್ಕ ಬಂದೊಡನೆ ಬಹಳ ವರ್ಷಗಳಿಂದ ಅಗಲಿದ್ದ ಸಹೋದರಿಯರಂತೆ ಅಪ್ಪಿ ಮುದ್ದಾಡಿಕೊಂಡು ಮನೆಗೆ ಬಂದು ಒಟ್ಟಿಗೆ ಊಟ ಮಾಡುವಷ್ಟು!

ಒಮ್ಮೆ ಅಂತೂ, ನನ್ನ ಕಂದಮ್ಮನ ಶಾಲೆಯ ಆಂಗ್ಲ ಪಾಠದಲ್ಲಿ ನಮ್ಮ ವಿಭಕ್ತ ಕುಟುಂಬದ ವಿವರಣೆ ಕೇಳಿದ್ದರು. ಒಟ್ಟು ಕುಟುಂಬ ಸದಸ್ಯರ ಸಂಖ್ಯೆ ‘ನಾಲ್ಕು’ ಎಂದು ನಮೂದಿಸಿದಳು. ನಂತರ ಸದಸ್ಯರ ವಿವರ ಬರೆಯುವಾಗ ತನ್ನ ಹೆಸರೊಂದಿಗೆ ಅಪ್ಪ, ಅಮ್ಮ, ಅಣ್ಣನ ಹೆಸರೊಡನೆ ಅಕ್ಕನ ಹೆಸರನ್ನೂ ಸೇರಿಸಿದಳು. ನಾನು ಆಗ ಕೇಳಿದೆ: “ಚಿನ್ನು, ಒಟ್ಟು ಸದಸ್ಯರ ಸಂಖ್ಯೆ ನಾಲ್ಕು ಆಗಿರುವಾಗ... ನಾಲ್ಕು ಜನರ ಹೆಸರು ಮಾತ್ರ ಬರೆಯಬೇಕಲ್ಲವೇ? ಅಕ್ಕನ ಹೆಸರು ಬರೆಯುವುದಕ್ಕೆ ಆಗುವುದಿಲ್ಲವಲ್ಲ, ಅವಳು ದೊಡ್ಡ ಮಮ್ಮಿ ಮಗಳು. ಹೇಗೆ ಸೇರಿಸಲು ಸಾಧ್ಯ?” ಅದಕ್ಕೆ ಅವಳು ಹೇಳಿದಳು: “ಇಲ್ಲ ಮಮ್ಮಿ, ಕೀರ್ತನ ನನ್ನಕ್ಕ. ಅವಳ ಹೆಸರನ್ನು ಹೇಗೆ ಬಿಡಲಿ? ಪ್ಲೀಸ್ ಅಕ್ಕನ ಹೆಸರನ್ನು ಮಾತ್ರ ನಾನು ತೆಗೆದು ಹಾಕಲ್ಲ. ದಿನಾ ನನಗೆ ಅವಳು; ಅವಳಿಗೆ ನಾನು ಜೊತೆಯಾಗಿ

ಇರುವಾಗ... ನಾನು ಮಾತ್ರ ತೆಗೆದುಹಾಕಲ್ಲ" ಎಂದು ಕಣ್ಣಲ್ಲಿ ಕಾವೇರಿ ಕಾಲುವೆ ಹರಿಸಿದ್ದಳು. ಕೊನೆಗೆ ಒಟ್ಟು ಸದಸ್ಯರ ಸಂಖ್ಯೆಯನ್ನು ನಾಲ್ಕರ ಬದಲು ಐದು ಎಂದು ಬರೆದಳು. ಅವಳ ಕ್ಲಾಸ್ ಟೀಚರ್ ಮನದಲ್ಲಿ... "ಡಾಕ್ಟರ್ ಕುಟುಂಬದಲ್ಲೂ ಮೂವರು ಮಕ್ಕಳಾ?" ಎಂದು ಆಶ್ಚರ್ಯಪಟ್ಟಿರಬಹುದು!

ಕಾಲ ಕಳೆಯುತ್ತಾ... ಅವಿಬ್ಬರೂ ಸಹೋದರಿಯರಿಗಿಂತ ಹೆಚ್ಚು ಸ್ನೇಹಿತೆಯರಾದದ್ದು ಬಹುಶಃ ಅವರಿಬ್ಬರ ಬಾಲ್ಯದ ಅತ್ಯಂತ ಖುಷಿಯ ಕ್ಷಣವಾಗಿತ್ತು!! ಹೀಗೆ ಇದ್ದಾಗ, ಒಂದು ಸಣ್ಣ ಅಪಾರ್ಥ ನನ್ನ ಮತ್ತು ನನ್ನ ಅಕ್ಕಳ ನಡುವೆ (ತಪ್ಪು ಯಾರದ್ದಾದರೂ ಇರಬಹುದು...) ಉಂಟಾಗಿ, ನನಗೆ ಬೇರೆ ಬಾಡಿಗೆ ಮನೆ ಹುಡುಕಿ ಹೊರ ನಡೆಯಬೇಕಾಯಿತು. ನನಗೆ ಮತ್ತು ಮಕ್ಕಳಿಗೆ ಅಲ್ಲಿಂದ ಆಫೀಸ್ ಮತ್ತು ಶಾಲೆಗಳಿಗೆ ಹತ್ತಿರವೇ ಆಗಿದ್ದು ಒಳ್ಳೆಯದೇ ಆಯಿತು. ಆದರೆ ಪರಿಣಾಮವಾಗಿ ಎರಡು ಎಳೆ ಮನಗಳು ಅಗಾಧವಾಗಿ ಒಡೆದುಹೋಗಿದ್ದವು!! ಅವುಗಳ ಮೇಲೆ ಗಾಢ ಕತ್ತಲೆ ನೆರಳು ಬಿದ್ದಿತ್ತು. ಕಾಲಕ್ರಮೇಣ ಮತ್ತೆ ಹಿರಿಯರ ನಡುವೆ ಸ್ಥಿತಿ ಮೊದಲಿನಂತಾದರೂ... ಬೇರ್ಪಟ್ಟ ಮನಗಳು ಮಾತ್ರ ಮೊದಲಿನಂತಾಗಲಿಲ್ಲ. ಎಳೆ ಮನಗಳ ನಡುವಿನ ಅಂತರವು ಮಿತಿ ಮೀರಿ ಅಗಲವಾಗಿತ್ತು. ಮಕ್ಕಳಿಗಾಗಿಯಾದರೂ... ಹಿರಿಯರೆನಿಸಿಕೊಂಡ ನಾವು ತಾಳ್ಮೆ ತೋರಬೇಕಿತ್ತೆಂದು ಅನೇಕ ಬಾರಿ ಅನಿಸಿತು. ಆದರೆ ಮನುಷ್ಯರು ಸಮಯ-ಸಂದರ್ಭದ ಕೈಗೊಂಬೆಗಳಾಗದಂತೆ ಯಾವ ವಿಶ್ವವಿದ್ಯಾಲಯದಲ್ಲೂ ಕಲಿಸಲ್ಲ. ಪ್ರತಿಬಾರಿ ಅನಾನುಕೂಲ ಪರಿಸ್ಥಿತಿ ಎದುರಾದಾಗ ಮೊದಲು ನಾವು ನಮ್ಮ ಎದುರಿರುವವರ ಸ್ಥಾನದಲ್ಲಿ ನಮ್ಮನ್ನು ಇಟ್ಟು ಯೋಚಿಸಿದರೆ ಒಳ್ಳೆಯದೇ ಆಗಬಹುದೇನೊ? ಈಗಲೂ ಇಬ್ಬರು ಮಕ್ಕಳು ನಮ್ಮನ್ನು ಅವರಿಬ್ಬರನ್ನೂ ಬೇರ್ಪಡಿಸಿದ್ದಕ್ಕೆ ಆಗಾಗ್ಗೆ ನಿಂದಿಸುತ್ತಾರೆ. ನಾವದರ ಹೊಣೆ ಹೊರಲೇಬೇಕು. ಅದಕ್ಕೇ ಹೇಳುವುದು... **ಜೀವನವೆಂಬುದು ನೈಜ ಪಾಠಶಾಲೆ.** ಎಷ್ಟು ಕಲಿಕೆ ಸಾಧ್ಯವೆಂಬುದು ಮಾತ್ರ ನಮ್ಮನ್ನೇ ಅವಲಂಬಿಸಿದೆ.

****

ಅಧ್ಯಾಯ ೨೦

"ಪ್ರಾಪಂಚಿಕ ಜ್ಞಾನ"

ನನ್ನ ಮಗಳ ಬಗ್ಗೆ ಎಲ್ಲರೂ ಹೇಳುತ್ತಿದ್ದುದೇ ಇದೇ!! "ಮುದ್ದು ಮುದ್ದಾಗಿ ಅಮ್ಮನ ಮಡಿಲಲ್ಲೇ ಇರುತ್ತಾಳೆ. ಯಾರೊಂದಿಗೂ ಬೆರೆಯಲ್ಲ, ಯಾವಾಗಲೂ ಅಮ್ಮನನ್ನೇ ಅಂಟಿಕೊಂಡಿರುತ್ತಾಳೆ. ಶಶಿಕಲಾ ತನ್ನ ಮಗಳನ್ನು ಸರಿಯಾಗಿ ಬೆಳೆಸಿಲ್ಲ. ಹೀಗೆ ಇದ್ದರೆ ಮುಂದೆ ಹೇಗೆ?" ಆದರೆ ಇದಕ್ಕೆ ನನ್ನ ಮಗಳು ಕೊಡುವ ವಿವರಣೆ ಬೇರೆ. "ಮಮ್ಮಿ, ನಾನು ಯಾರೊಟ್ಟಿಗೆ ಬೆರೆಯಬೇಕೊ, ಅವರಿಗೆ ನನ್ನ ಮನಸ್ಸಿಗೆ ಕಿರಿಕಿರಿ ಮಾಡುವ ಇಂಟೆನ್ಶನ್ (ಆಲೋಚನೆ) ಇದೆ ಅಂತ ಗೊತ್ತಿದ್ದ ಮೇಲೂ ಯಾಕೆ ಮಾತನಾಡಬೇಕು? ನನಗೆ ಅದರಿಂದ ಲಾಭವಿಲ್ಲ. ಆದರೆ ಕಷ್ಟ ಯಾಕೆ ಮಾಡಿಕೊಳ್ಳಬೇಕು? ಅವರಿಗೆ ನನ್ನ ಬಗ್ಗೆ ಕಾಳಜಿಗಿಂತ ಕುತೂಹಲವೇ ಜಾಸ್ತಿ!!" ನಿಜವೇ ಅಲ್ಲವೇ? ಎಷ್ಟೋ ಬಾರಿ "ನಿಮ್ಮಗಳು ಬಿಡಿ ಶಾಲೆಗೆ ಫಸ್ಟ್ ಬರುತ್ತಾಳೆ " ಅಂತ ಹೇಳಿ ಮಕ್ಕಳ ಮೇಲೆ ಒತ್ತಡ ಹೇರುವ ಬಂಧುಗಳನ್ನು ದೂರವಿಡುವುದರಲ್ಲಿ ತಪ್ಪೇನಿಲ್ಲ. ಆದರೆ ನನ್ನ ಮಗಳ ಆ ವರ್ತನೆ ಸಮಾಜಕ್ಕೆ ವಿರುದ್ಧವೆನಿಸಿ ಎಷ್ಟೋ ಬಾರಿ ಅವಳ ಅಪ್ಪ ಮತ್ತು ಅಣ್ಣ ಆಗಾಗ ಹೀಯಾಳಿಸುತ್ತಿದ್ದರು. ಅವಳು ಮಾತ್ರ ಜಗ್ಗಿದ್ರೆ ಕೇಳಿ, "ನೋಡಿ ಸ್ವಾಮಿ, ನಾವಿರೋದೇ ಹೀಗೆ" ಅಂತಾನೇ ನಡೆಯೊದು!

ಇಂತಹ ಅಮ್ಮನ ಮಡಿಲಿಗಂಟಿದ ಕೂಸಿಗೆ ತನ್ನ ಹತ್ತನೇ ತರಗತಿಯ ಟರ್ನಿಂಗ್ ಪಾಯಿಂಟ್‌ನಲ್ಲಿ ಕಾದಿತ್ತು ಅಗ್ನಿಪರೀಕ್ಷೆ! ಅದೇ... ನಾನು ಕಾಲು ಮುರಿದುಕೊಂಡು ಆಪರೇಶನ್ ಮಾಡಿಸಿಕೊಳ್ಳಬೇಕಾದಾಗ. ಮಗಳ ಹತ್ತನೇ ತರಗತಿ ಎಕ್ಸಾಮ್ ಮುಗಿದು ಬಿಡಲಿ ಎಂಬ ಚರ್ಚೆಗೆ, "ಮಮ್ಮಿ, ನಿನಗೆ ಆಪರೇಶನ್ ಅವಶ್ಯವಾಗಿದ್ದರೆ ಮಾಡಿಸಿಕೊಂಡು ಬಿಡು. ಹೇಗೂ ಎಕ್ಸಾಮ್ ಸ್ಟಾರ್ಟ್ ಆಗುವಷ್ಟರಲ್ಲಿ ಓಡಾಡುತ್ತೀರ್ತಿ" ಎನ್ನುವ ಅವಳ ಧೈರ್ಯದ ಮಾತು ಸ್ವಲ್ಪ ಸಮಾಧಾನ ತಂದಿತು. ಆದರೆ ವಿಧಿಯಾಟವೆಂದರೆ, ಅವಳ ಎಕ್ಸಾಮ್ ನಡೆಯುತ್ತಿರುವಾಗಲೇ ಆಪರೇಶನ್‌ನ ಕಾರಣದಿಂದಲೆ ಆದ ಸೋಂಕು ನನ್ನನ್ನು ಸಾವಿನ ಮೆಟ್ಟಿಲಿಗೆ ತಳ್ಳಿದಂತೆ ಆಯಿತು. ಅದಕ್ಕಾಗಿ ಎರಡನೇ ಆಪರೇಶನ್ ಅನಿವಾರ್ಯವಾಯಿತು! ಆಗ ಸಹ ಅವಳು ಹೇಳಿದ್ದು: "ಮಮ್ಮಿ, ನನ್ನ ಎಕ್ಸಾಮ್ ಬಗ್ಗೆ ನೀನು ಯೋಚನೆ ಮಾಡ್ಬೇಡ. ಆಪರೇಶನ್ ಅನಿವಾರ್ಯ ಇದ್ರೆ, ಅದರಿಂದ ನಿನಗೆ ಒಳ್ಳೆಯದಾಗುತ್ತೆ ಅಂದ್ರೆ, ಪ್ಲೀಸ್ ಮಾಡಿಸ್ಕೋ."
ಅಂದಾಗ ನನಗೆ ಅನಿಸಿತು —
ಈ ಮಗುವಿಗೆ ಪ್ರಪಂಚ ಜ್ಞಾನ ಇಲ್ಲವೇ?

ಒಂದೆಡೆ ನನ್ನ ಆಪರೇಶನ್, ಮತ್ತೊಂದೆಡೆ ಅವಳ ಎಕ್ಸಾಮ್! ಅದಾದ ನಂತರವೂ ನನ್ನ ಫಿಸಿಯೋಥೆರಪಿಗೆ ನನ್ನ ಗಂಡನನ್ನು ಯಾವಾಗಲೂ ಆಶ್ರಯಿಸಬೇಕಾಯಿತು. ಯಾಕೆಂದರೆ ನನ್ನ ಮುಖದಲ್ಲಿನ ನೋವನ್ನು ಗುರುತಿಸಿ ತಕ್ಕಂತೆ ಫಿಸಿಯೋಥೆರಪಿ ಮಷೀನ್‌ನ ವೇಗವನ್ನು ಏರಿಸಬೇಕಾಗುತ್ತಿತ್ತು. ನನ್ನ ಗಂಡ ತಮ್ಮ ಜವಾಬ್ದಾರಿಯನ್ನು ತಮ್ಮ ಅನುಕೂಲಕ್ಕೆ ತಕ್ಕಂತೆ ರಜೆಯಲ್ಲಿದ್ದ ನನ್ನ ಮಗಳಿಗೆ ವಹಿಸಿದರು. ನಾನಾಗಲೇ ತೀರ್ಮಾನ ಮಾಡಿಕೊಂಡುಬಿಟ್ಟೆ...
ಇನ್ನು ನನ್ನ ಫಿಸಿಯೋಥೆರಪಿಗೆ ತಿಲಾಂಜಲಿ! ಏನೂ ತಿಳುವಳಿಕೆ ಇಲ್ಲದ ನನ್ನ ಮಗಳು ಹೇಗೆ ನಿಭಾಯಿಸ್ತಾಳೆ ಎಂದು. ಆದರೆ, ನನ್ನ ಆಶ್ಚರ್ಯಕ್ಕೆ ಅವಳು ನನಗೆ ಆಸಕ್ತಿ ಇರುವ ವಿಷಯಗಳನ್ನು ಕೆದಕುತ್ತಾ... ಅದರಲ್ಲೂ ತನ್ನ ಹತ್ತನೇ ತರಗತಿಯ ಫಲಿತಾಂಶದ ಬಗ್ಗೆ ತನಗೇನೋ ಆತಂಕ ಇರುವಂತೆ ನಟಿಸಿ, ಆ ಮೂಲಕ ನಾನು ಅವಳಿಗೆ ಧೈರ್ಯ ಹೇಳುವ ನೆಪದಲ್ಲಿ ಮಾತನಾಡುತ್ತಾ ನನ್ನ ನೋವನ್ನು ಮರೆಸುತ್ತಾ...ಫಿಸಿಯೋಥೆರಪಿ ಮಾಡಿಸುತ್ತಾ ಟಾರ್ಗೆಟ್ ಇದ್ದ ೧೨೦ ಡಿಗ್ರಿವರೆಗೂ ಮಡಚುವಂತೆ ಮಾಡಿ, "ನೋಡು ಮಮ್ಮಿ, ಕಂಪ್ಲೀಟ್ ಆಗಿ ಮಡಿ ಮಡಿದೀಯಾ ಇವತ್ತು!" ಎಂದಾಗ, "ಹೌದಲ್ಲ, ಫಿಸಿಯೋಥೆರಪಿ ಉದ್ದಕ್ಕೂ ನಾನು ನೋವಿನಿಂದ ನರಳಲೇ ಇಲ್ಲ!" ಎಂದು ನನಗೆ ಆಶ್ಚರ್ಯವಾಯಿತು. ಅಷ್ಟೇ ಅಲ್ಲ, ನಂತರವೂ ತಾಯಿಯಂತೆ ನೋಡಿಕೊಂಡು ತಾಯಿ ಋಣ ಎಂಬುದರ ಬಾಕಿ ಉಳಿಸಿಕೊಳ್ಳದೆ ತೀರಿಸಿಬಿಟ್ಟಿದ್ದು ನನಗೆ ಅವಳ **ಪ್ರಾಪಂಚಿಕ ಜ್ಞಾನದ ಪರಿಚಯವಿತ್ತಂತಾಯಿತು!**

ಅಧ್ಯಾಯ ೨೧

"ಕುರುಕಿನಂತ ಮೆಲುಕು!"

ಹಿಂದೊಮ್ಮೆ ವೇದಿಕೆ ಏರಲು ಹಿಂಜರಿದಿದ್ದ ನನ್ನ ಮಗಳು... ಮನೆಯಲ್ಲಿ ಮಾತ್ರ, ಅದರಲ್ಲೂ ನಾನು ಸ್ವಲ್ಪ ಮಟ್ಟಿಗೆ ಪುರಸೊತ್ತಾಗಿರುವ 'ಅಡಿಗೆ ಮನೆ'ಗೆ ಬಂದು, ಆಗಾಗ ತನ್ನೊಳಗಿದ್ದ 'ನಿರೂಪಕಿ'ಯನ್ನು ಹೊರಗೆ ಬಿಡುವ ಪರಿಣಾಮವಾಗಿ... ಸದಾ ಗಡಿಬಿಡಿಯಲ್ಲಿ ಅಡಿಗೆ ಮುಗಿಸೋ 'ನನ್ನ' ಸಂದರ್ಶನ ಮಾಡೋ ವ್ಯರ್ಥ ಪ್ರಯತ್ನ ಮಾಡ್ತಾ ಇದ್ದದ್ದು... ಇಂದಿಗೂ ಕುರುಕಿನಂತ ಮೆಲುಕು!

ಹತ್ತು ವರ್ಷದ ಬಾಲೆಯ ಮೇಲೆ ದೂರದರ್ಶನದ ನಿರೂಪಕಿಯರ ಪ್ರಭಾವ ಆಗಿರೋ ಎಲ್ಲಾ ಲಕ್ಷಣಗಳು ಕಾಣುತ್ತಿದ್ದುವು. ಹಾಗಾಗಿ ಪಲ್ಯದ ತಯಾರಿಯಲ್ಲಿ ನಾನು ನಿರತರಾಗಿದ್ದರೆ... ನಿರೂಪಕಿ ಖಯಾಲಿಯಲ್ಲಿ ನನ್ನ ಮಗಳು ನಿರತರಾಗಿದ್ದಳು... ಜುಗಲ್‌ಬಂಧಿ ಶುರು!

"ನಮಸ್ಕಾರ ವೀಕ್ಷಕರೇ... ಈಗ ನಮ್ಮ ಅತಿಥಿಗಳು ನಮಗಾಗಿ ಏನ್ ಅಡಿಗೆ ಹೇಳಿಕೊಡ್ತಾರೋ ನೋಡೋಣ ಬನ್ನಿ!" (ನನ್ನ ಕಡೆ ತಿರುಗಿ...)

"ಏನ್ ಶಶಿಕಲಾರವರೇ, ನಿಮ್ಮ ಹೆಸರು?" ಅಂತ ಕೇಳಲು ಅವಳ ಕಾಲೆಳೆಯಲು ನಾನು...

"ಮೊದಲು ನೀನ್ಯಾರಂತ ಹೇಳು. ನನ್ನ ಹೆಸರು ಆಗಲೇ ಹೇಳಿದ್ದಲ್ಲ! ಯಾವ ಡಬ್ಬಾ ಟಿವಿ ಅಮ್ಮ ನಿಂದು?"

ತಕ್ಷಣ ನಾಲಿಗೆ ಕಚ್ಚಿಕೊಂಡು ಮುಂದುವರಿಸಿದಳು...

"ಓ ಹೌದಲ್ಲವೇ! ಇವತ್ತು ನಮ್ಮ ವೀಕ್ಷಕರಿಗಾಗಿ ಏನ್ ಅಡಿಗೆ ಹೇಳಿಕೊಡ್ತಿದ್ದೀರ?"

ಅಷ್ಟರಲ್ಲಿ ಪಾತ್ರೆಯಲ್ಲಿದ್ದ ಎಣ್ಣೆ ಒಗ್ಗರಣೆಗೆ ಕಾಯ್ದ ಕಾರಣ...

"ಏ ಸ್ವಲ್ಪ ಸೈಡ್‌ಗೆ ಹೋಗಮ್ಮ, ಎಣ್ಣೆ ಎಗರಿದ್ರೆ ಅಷ್ಟೇ!" ಅಂತ ಸಾಸಿವೆ ಹಾಕಿದೆ. ಆಗ ಅವಳು...

"ಓಹೋ... ನೋಡಿ ವೀಕ್ಷಕರೇ, ನಮ್ಮ ಶಶಿಕಲಾರವರು ಎಷ್ಟು ಚೆನ್ನಾಗಿ ಎಚ್ಚರಿಕೆಗಳನ್ನು ಸಹ ತಿಳಿಸಿಕೊಡ್ತಾರೆ!" ಅಂತ

ಸಾಸಿವೆ ಸಿಡಿಯಲು... ಕಡಲೆಬೇಳೆ ಸೇರಿಸಿದೆ... ಆಗ ನಿರೂಪಕಿಯವರು...

"ಏನ್ ಹಾಕಿದ್ದೀರೀಗ ಸ್ವಲ್ಪ ವೀಕ್ಷಕರಿಗೆ ಹೇಳಿ..."

ಎನ್ನಲು ನನ್ನಲ್ಲಿ ಇದ್ದಕ್ಕಿದ್ದಂತೆ ಮಂಡ್ಯ-ಮದ್ದೂರು ಕನ್ನಡ ಜಾಗೃತವಾಯಿತು:

"ಏನಮ್ಮಿ ಕಡ್ಲೆಬ್ಯಾಳೆ ಗೊತ್ತಿಲ್ವೇ? ಯಾರ್ ನಿನ್ನ ಟಿವಿಗೆ ಸೇರಿಸ್ಕೊಂಡೋರು?"

ತಕ್ಷಣವೇ ಪೊಳ್ಳು ನಗೆ ಬೆರೆಸುತ್ತಾ...
"ಹಾಗಲ್ಲ... ನೀವೇ ಹೇಳಿದ್ರೆ ಚೆನ್ನಾಗಿರುತ್ತಲ್ಲವಾ..." ಎಂದಳು.

ನಾನು:
"ಯಾಕವ್ವಾ, ನೀನ್ ಯೋಳಿದ್ರೆ ಕಡಲೆಬೇಳೆ ತೊಗರಿಬೇಳೆ ಆಗ್ಬಿಡ್ತದಾ?"

ಈರುಳ್ಳಿ, ಕರಿಬೇವು, ಮೆಣಸಿನಕಾಯಿ ಸೇರಿಸುವ ಸಮಯವಾಗಿದ್ದರಿಂದ ನನ್ನ ಗಮನ ಆ ಕಡೆ. ಹಾಗಾಗಿ ಸಮಯ ನಿಭಾಯಿಸಲು ಅವಳು ಸೇರಿಸಿದಳು:

"ವೀಕ್ಷಕರೇ, ಈಗ 'ಫುಡ್ ಟಿಪ್ಸ್' ಸಮಯ... ಒಗ್ಗರಣೆಗೆ ಹಾಕೋ ಕಡಲೆಬೇಳೆಯಲ್ಲಿ ಪ್ರೋಟೀನ್ ಅಂಶ ಇರುತ್ತೆ."

ಅಷ್ಟರಲ್ಲಿ ಹೆಚ್ಚಿಟ್ಟ ತರಕಾರಿ ಹಾಕಲು... ನಮ್ಮ ಕಿರು ನಿರೂಪಕಿ ಮುಂದುವರಿಸಿದಳು:

"ನೋಡಿಕೊಳ್ಳಿ ವೀಕ್ಷಕರೇ, ಎಷ್ಟು ಚಿಕ್ಕದಾಗಿ ತರಕಾರಿ ಹೆಚ್ಬೇಕು ಅಂತ ..ಈ ತರಕಾರಿಗಳ ಲಾಭಗಳೇನು ಅಂತ ವೀಕ್ಷಕರಿಗೆ ಸ್ವಲ್ಪ ಹೇಳ್ತೀರಾ?"

ಬಾಣಲೆಯಲ್ಲಿ ಕೈಯಾಡಿಸುತ್ತಿರುವ ನಾನು..."ಎಲ್ಲ ನಾನು ಯೋಳಿದ್ರೆ ನಿನ್ನ ಯಾಕೆ ಇಟ್ಟವ್ ರೆ ಟಿವಿಯವರು?"

(ಹಿಂದಿನಿಂದ ನನ್ನ ಚಿವುಟಾ... "ಶಶಿಕಲಾ, behave yourself, camera is on!" ಅಂತ ಮೃದುವಾಗಿ ಗದರಿಸಿದರೂ... ನನ್ನ ವರಸೆ ಮುಂದುವರಿಸಿದೆ...)

"ಏನೂ ಗೊತ್ತಿಲ್ಲ್ದೋರ್ನ ಕಳ್ಸಬಿಟ್ಟು ನನ್ ಪ್ರಾಣ ತೆಗೀತಾರಲ್ಲ... ನಾನು ಏನ ಮಾಡ್ಲಿ, ಮಾದಪ್ಪ ಕಾಪಾಡು!"

ಪರಿಸ್ಥಿತಿ ಸುಧಾರಿಸುವ ಪ್ರಯತ್ನದಂತೆ ನಿರೂಪಕಿ ಕೊನೆಗೆ...

"ನಮ್ಮ ಶಶಿಕಲಾರವರು ತುಂಬಾ ತಮಾಷೆಯಾಗಿ ಮಾತಾಡ್ತಾರೆ. ಹಾಗೆ ತರಕಾರಿ ಪಲ್ಯವನ್ನೂ ಅಷ್ಟೇ ಅದ್ಭುತವಾಗಿ ಮಾಡಿ ತೋರಿಸಿದ್ದಾರೆ. ಧನ್ಯವಾದಗಳು ಮ್ಯಾಡಮ್!"

ನಾನು ಮತ್ತೆ ಕೇಳಿದೆ:
"ದುಡ್ಡು ಯಾವಾಗ ಕೊಟ್ಟೀರಿ?"

ಅದಕ್ಕೆ ಉತ್ತರವಾಗಿ...
"ಕ್ಯಾಮೆರಾ, ಮೈಕ್ ಆಪ್ ಮಾಡಿ ಆಗಿದೆ... ಪ್ರೋಗ್ರಾಂ ಮಾಡಿಸಿದ್ರೆ... ಬರಿ ತಲೆ ಹರಟೆ ಮಾಡ್ತೀಯಾ!"

ಎಂದು ಲಘುವಾಗಿ ಗದರಿಸಿದ್ದು... ನನಗೆ ಮುದ್ದು ಮಾಡಿದಂತಾಯಿತು.

****

ಅಧ್ಯಾಯ ೨೨

"ಫ್ರೂಟ್ ಸ್ಟಾಲ್"

ನನ್ನ ಅಡುಗೆಗೆ ನನ್ನ ಮಗಳಿಂದ ಎಷ್ಟು ಹೊಗಳಿಕೆ ಸಿಕ್ಕಿದೆ ಎಂಬುದು ತಿಳಿದ ಮೇಲೂ ನನ್ನ ಕುರುಕುತಿಂಡಿಗಳಿಗೆ ಅವಳಿಂದ ನಿರೀಕ್ಷೆಯಂತೂ ಇರಲಿಲ್ಲ ಎಂಬುದು ತೆರದಿಟ್ಟ ರಹಸ್ಯವಾಗಿತ್ತು. ಹಾಗಾಗಿ ಕುರುಕುಗಳ ಪ್ರಯೋಗವನ್ನೆ ಬಿಟ್ಟಿದ್ದೆ. ಅವಳ ಶಾಲೆಯಲ್ಲಿ **"ಸ್ನ್ಯಾಕ್ಸ್ ಬ್ರೇಕ್"** (ತಿಂಡಿಗೆ ಸಣ್ಣ ವಿರಾಮ) ಇರುತ್ತಿದ್ದರಿಂದ ಪ್ರತಿದಿನ ಏನಾದರೂ ತಿಂಡಿಯ ವ್ಯವಸ್ಥೆ ಮಾಡಬೇಕಾಗುತ್ತಿತ್ತು. ಆದರೆ ಟೈಮ್ ಎಲ್ಲಿತ್ತು? ನೆನಪಿನಲ್ಲಿ ಇಟ್ಟುಕೊಂಡು ಅಪರೂಪಕ್ಕಾದರೂ ತಂದಿಡಲು? ಅವಳಂತು "ಮಮ್ಮಿಯ ಕೈರುಚಿ ಹೊರತು ಬೇರೆ ಏನಾದರೂ ಅಂಗಡಿಯಿಂದ ಸಿಗುತ್ತೆ" ಎಂದು ಕಾಯುತ್ತಿದ್ದಂತಿತ್ತು. ಆದರೆ ನಾನು ಮಾತ್ರ ಪ್ರತಿದಿನ ವಿಭಿನ್ನ ಹಣ್ಣುಗಳು ಮತ್ತು ತರಕಾರಿಗಳ ಅಭ್ಯಾಸ ಮಾಡಿಸಿದ್ದೆ.

ಬೇರೆ ಮಕ್ಕಳ ಡಬ್ಬಿಗಳಲ್ಲಿ **ಚಿಪ್ಸ್, ಕೇಕ್, ಕಚೋರಿ, ಪಫ್ಸ್, ಮ್ಯಾಗಿ** ಹೀಗೆ ವಿಧವಿಧವಾದ ತಿಂಡಿಗಳನ್ನು ನೋಡಿ ನೋಡಿ… ಕೊನೆಗೆ ಒಮ್ಮೆ ಅವಳು ಹೇಳಿದಳು:

"ಮಮ್ಮಿ, ನನಗೆ ಪ್ಲೀಸ್ ಹಣ್ಣು ಬೇಡ. ಫ್ರೆಂಡ್ಸ್ ಕೇಳ್ತಾರೆ — ನಿಮ್ಮ ಮನೆನಲ್ಲಿ **Fruit stall** (ಹಣ್ಣಿನ ಅಂಗಡಿ) ಇದೆಯಾ ಅಂತ! ನನಗೂ ಎಲ್ಲರಂತೇ ಬೇಕರಿಯ ತಿಂಡಿ ಕೊಡಬಹುದಲ್ಲವಾ?"ಅಂದಾಗ ನಾನು ಹೇಳಿದೆ: "ನೋಡು ಚಿನ್ನು, 'ಜಂಕ್ ಫುಡ್' ಕಳುಹಿಸಿದ್ರೆ ನಿಮ್ಮ ಹೆಡ್ ಮ್ಯಾಡಮ್ 50 ರೂಪಾಯಿ ಫೈನ್ (ದಂಡ) ಕಟ್ಟಿಸುತ್ತಾರೆ. ಅದನ್ನು ದುಡಿಯಲು ನಾನು ಕ್ಲಿನಿಕ್‌ನಲ್ಲಿ ಅರ್ಧ ಗಂಟೆ ಹೆಚ್ಚಾಗಿ ಇರಬೇಕು. ಪರವಾಗಿಲ್ಲವಾ?"ಅದಕ್ಕೆ ಅವಳು ಅರೆಮನಸ್ಸಿನಿಂದ ಹೇಳಿದಳು: "ಹಾಗಾದ್ರೆ ನನಗೆ ಹಣ್ಣೇ ಇರಲಿ… ಪ್ಲೀಸ್ ನೀನ್ ಬೇಗ ಮನೆಗೆ ಬಂದರೆ ಸಾಕು."

ಅದಾಗಿ ಎಷ್ಟೋ ವರ್ಷ ಕಳೆದರೂ ಎಂದೂ ಆಕ್ಷೇಪಣೆ ಮಾಡಲಿಲ್ಲ. ಕೊನೆವರೆಗೂ ಅರಿಯಲಾರದಷ್ಟು ಅವಳು ಪೆದ್ದು ಅಂತಲ್ಲ… ಏಕೆಂದರೆ ಶಾಲೆಯಲ್ಲಿ ಎಲ್ಲ ಮಕ್ಕಳು **ಅವಳನ್ನೇ ಅನುಸರಿಸಲು** ಶುರು ಮಾಡಿದ್ದರು!!

****

ಅಧ್ಯಾಯ ೨೩

"ಬಯಸಿದ ಮೇಡಮ್"

ಪ್ರಾಥಮಿಕ ಶಾಲೆಯಲ್ಲಿಯೇ ನನ್ನ ಮಗಳು ಬಯಸಿದಂತೆಯೇ ಒಬ್ಬ ಶಿಕ್ಷಕಿ ಅವಳ ಪಾಲಿಗೆ ಸಿಕ್ಕಿಬಿಟ್ಟರು. ಅವರೇ 'ರೀನಾ ಮೇಡಮ್'. ಅವರಿಗೆ ನನ್ನ ಮಗಳ ಮೇಲೆ ಏನೋ ವಿಶೇಷವಾದ ಅಭಿಮಾನ. 'ಯಾವ ಕಾರಣಕ್ಕೂ ತರಗತಿಯಲ್ಲಿ ಅನವಶ್ಯವಾಗಿ ಮಾತನಾಡಲು, ಗಲಾಟೆ ಮಾಡಲು, ಸಮಯ ವ್ಯರ್ಥ ಅವಳು ಮಾಡೋದೆ ಇಲ್ಲ. ಓದುವುದನ್ನು ಬಹಳ ಪ್ರೀತಿಸುವ ವಿದ್ಯಾರ್ಥಿನಿ' ಎಂಬ ಗಾಢ ನಂಬಿಕೆ ಅವರಿಗೆ ಅವಳ ಮೇಲೆ ಇತ್ತು. ಹಾಗಾಗಿ ಸಾಮಾನ್ಯವಾಗಿ ಎಲ್ಲರಿಗೂ ಶಿಕ್ಷೆ ಕೊಡುವ ಪರಿಸ್ಥಿತಿ ಬಂದರೂ ಕೂಡ ಅವಳನ್ನು ಮಾತ್ರ ಹೊರತಾಗಿಸುತ್ತಿದ್ದರು. ಅವಳ ಶ್ರದ್ಧೆ, ಶಿಸ್ತು, ನಡೆ ಅವರಿಗೆ ತುಂಬಾ ಮೆಚ್ಚುಗೆಗೆ ಪಾತ್ರವಾಗಿತ್ತು. ಅದು ಪ್ರತಿಬಾರಿ ಪೇರೆಂಟ್ಸ್-ಟೀಚರ್ಸ್ ಮೀಟಿಂಗ್‌ನಲ್ಲಿ ಸ್ಪಷ್ಟವಾಗುತ್ತಿತ್ತು. ಎಷ್ಟರ ಮಟ್ಟಿಗೆಂದರೆ ನನಗೇ ಕೆಲವೊಮ್ಮೆ ಸಂಶಯವಾಗುತ್ತಿತ್ತು – "ನಾನ್ ಇವಳ ಮಮ್ಮಿನಾ?" ಎಂದು! ಯಾಕೆಂದರೆ ಚಿಕ್ಕಂದಿನಲ್ಲಿ ತುಂಬಾ ತಲೆಹರಟೆಯಾಗಿದ್ದ ನಾನು ಇಷ್ಟೊಂದು ಒಳ್ಳೆಯ ಮಗಳನ್ನು ಹೆತ್ತಿದ್ದು ಹೇಗೆ ? ಹುಟ್ಟುವಾಗ ಯಾರದಾದರೂ ಮಗುವಿನೊಂದಿಗೆ Exchange ಆಗಿದೆಯೇನೋ ಎಂಬ ಅನುಮಾನವೂ ಬರುತ್ತಿತ್ತು. ಆದರೆ ಮನಸ್ಸಿನಲ್ಲಿ ಮಾತ್ರ ಆ ಶಿಕ್ಷಕಿಯ ಬಗ್ಗೆ ತುಂಬು ಗೌರವ ಮೂಡುತ್ತಿತ್ತು. ಅವಳ ಗುಣವನ್ನು ಗುರುತಿಸಿ ಅದಕ್ಕೆ ತಕ್ಕ ಮನ್ನಣೆ ನೀಡಿದ ಶಿಕ್ಷಕಿ ಅವರು. ಅಷ್ಟೇ ಅಲ್ಲ, ಶಾಲೆ ಬಿಟ್ಟು ಬಂದ ವರ್ಷಗಳ ನಂತರವೂ ನನ್ನ ಮಗಳು "ನನ್ನ ಟೀಚರ್‌ಗೆ ನನ್ನ ಮೇಲೆ ಇದ್ದ ನಂಬಿಕೆ, ನನ್ನ ಮಮ್ಮಿಗೂ ಅಷ್ಟಾಗಿ ಇರಲಿಲ್ಲ" ಎಂದು ಹೇಳುತ್ತಾಳೆ.

ಅದರ ಜೊತೆಗೆ ಸೈಮನ್ ಎಂಬ ಮತ್ತೊಬ್ಬ ಶಿಕ್ಷಕರೂ ಇದ್ದರು. ಅವರು ಗ್ರೂಪ್‌ಗಳಲ್ಲಿ ಚರ್ಚೆ ಮಾಡಲು ವಿಷಯಗಳನ್ನು ಕೊಟ್ಟು, ಮಾತನಾಡುವವರನ್ನು ಉತ್ತೇಜಿಸುತ್ತಿದ್ದರು. ಚೆನ್ನಾಗಿ ಮಾತನಾಡಿ ಗಮನ ಸೆಳೆದವರಿಗೆ ಹೆಚ್ಚುವರಿ ಅಂಕಗಳನ್ನು ನೀಡುತ್ತಿದ್ದರು. ಹೀಗಾಗಿ ಮಕ್ಕಳು ಚರ್ಚೆಯಲ್ಲಿ ಭಾಗವಹಿಸುವಂತೆ ಪ್ರೇರೇಪಿಸುತ್ತಿದ್ದರು. ಒಮ್ಮೆ ನನ್ನ ಮಗಳು ಬಹಳ ಧೈರ್ಯ ಮಾಡಿ ಮಾತನಾಡಿದಳು. ಅವಳ ಸ್ಪಷ್ಟವಾದ ಮಾತುಗಳನ್ನು ಕೇಳಿದ ಅವರು ಹಿಂದಿನ ಬೆಂಚಿನಲ್ಲಿ ಕುಳಿತಿದ್ದ ಅವಳ ಬಳಿಗೆ ಹೋಗಿ ಅಭಿನಂದಿಸಿದರು. ಅದು ಅವಳೊಳಗಿದ್ದ ಹಿಂಜರಿಕೆಯನ್ನು ದೂರ ಮಾಡಲು ಸಾಕಷ್ಟು ಸಹಾಯವಾಯಿತು. ಹಾಗೆಯೇ ಅವಳ ಬೈಯಾಲಜಿ ಟೀಚರ್ ಕೂಡ

ಅವಳಿಗೆ 100% ಅಂಕಗಳನ್ನು ಪಡೆಯುವ ಸಾಮರ್ಥ್ಯ ಇದೆ ಎಂಬ ನಂಬಿಕೆಯನ್ನು ತುಂಬಿದ್ದರು. ಕೊನೆಗೂ ಶಾಲೆ ಮುಗಿಸುವ ವೇಳೆಗೆ ಅವಳು ಬಯಸಿದಂತೆಯೇ ಗುರುಗಳು ಅವಳಿಗೆ ಸಿಕ್ಕಿಬಿಟ್ಟರು.

ಆ ಗುರುಗಳಿಗೆ ನನ್ನ ಹೃದಯಪೂರ್ವಕ ಕೃತಜ್ಞತೆಗಳು!

****

ಅಧ್ಯಾಯ ೨೪

"ಅಮೂಲ್ಯ ಉಡುಗೊರೆ!!"

ಮಧ್ಯಮ ವರ್ಗದ ಕುಟುಂಬದಲ್ಲಿ ಜನಿಸಿದ ನನಗೆ ಎಂದಿಗೂ "ಹುಟ್ಟಿದ ದಿನದ ಆಚರಣೆ" ಗಣನೀಯವೆನಿಸಿರಲಿಲ್ಲ. ನನ್ನ ಅಮ್ಮ ಸಂಕ್ರಾಂತಿ ಹಬ್ಬದ ಸಿದ್ಧತೆಯಾಗಿ ಮಾಡುತ್ತಿದ್ದ ಸಕ್ಕರೆ ಹಚ್ಚಿಗೆ ಹಾಲು ಸೇರಿಸಿ ಹುಟ್ಟುಹಬ್ಬದ ವಿಶೇಷವೆಂದು "ಹಾಲಿನ ಸಕ್ಕರೆ ಹಚ್ಚು" ಮಾಡುತ್ತಿದ್ದುದೇ ಸ್ಪೆಷಲ್ ಸಿಹಿಯಾಗಿತ್ತು. ಬಹುಶಃ ಮೆಡಿಕಲ್ ಕಾಲೇಜಿಗೆ ಸೇರಿದ ಮೇಲೆ ನನಗೆ ತಿಳಿದದ್ದು... ಹುಟ್ಟಿದ "ದಿನ" ಎಂಬುದು ನಮ್ಮ ಬದುಕಿನಲ್ಲಿ ಆಚರಿಸಬಹುದಾದ "ಹಬ್ಬ" ಎಂದು!!

ಮದುವೆಯ ನಂತರವೂ ನನ್ನ ಪತಿಗೂ ಅದೇ ಅನುಕೂಲವಾದ ಅಭಿಪ್ರಾಯವಿದ್ದುದರಿಂದ ಯಾವುದೇ ಬದಲಾವಣೆ ತಾರದ ದಿನಗಳಾಗಿಯೇ ಮುಂದುವರೆದವು ನಮ್ಮ ಹುಟ್ಟುಹಬ್ಬಗಳು! ಆದರೆ, ಮಕ್ಕಳಿಗಾದರೂ ಅವರ ಹುಟ್ಟಿದ ದಿನಗಳನ್ನು ವಿಶೇಷವಾಗಿಸಲು ಸುಮಾರು ಐದು-ಆರು ವರ್ಷಗಳವರೆಗೆ, ಅಂದರೆ ಸ್ವತಃ ಮಕ್ಕಳು ಕೇಕ್ ಕತ್ತರಿಸುವುದರಲ್ಲಿ ಆಸಕ್ತಿ ಕಳೆದುಕೊಳ್ಳುವವರೆಗೆ ಆಚರಿಸಿದೆ. ಬಹುಶಃ ಮೊಂಬತ್ತಿ ಆರಿಸಿ ಕೇಕ್ ಕತ್ತರಿಸುವುದರಲ್ಲಿ ಯಾವುದೇ ಹೊಸತನವನ್ನು ನಾನು ತರದ ಕಾರಣವಿತ್ತೇನೊ ಗೊತ್ತಿಲ್ಲ. ಮಗನಿಗೆ ನನ್ನ ನಿಯಮಿತ ಬಜೆಟ್‌ನಲ್ಲಿ ಏನು ಕೊಡಿಸಿದರೂ ಒಪ್ಪಿಕೊಳ್ಳುತ್ತಿದ್ದನಾದರೂ, ನನ್ನ ಗೊಂಬೆಯನ್ನು ಒಪ್ಪಿಸೋದು ಅಷ್ಟು ಸುಲಭವಾಗಿರಲಿಲ್ಲ.

ಒಂದು ಸಲವಂತು ಎರಡು ಅಂಗಡಿಗಳನ್ನು ಹೊರಗಿನಿಂದಲೇ ತಿರಸ್ಕರಿಸಿದ ಅವಳು ಮೂರನೇ ಅಂಗಡಿಗೆ ಹೆಜ್ಜೆ ಇಟ್ಟಳು. ನಂತರ ಒಂದರ ಮೇಲೆ ಒಂದರಂತೆ ಸುಮಾರು ಮೂವತ್ತು-ನಲವತ್ತು ಉಡುಪುಗಳನ್ನು ತೆಗೆಸಿ ನೋಡಿದಳು. ಅಷ್ಟರಲ್ಲೇ ಅಂಗಡಿಯವನು ಸಾಕಷ್ಟು ದಣಿದಿದ್ದ... ಪಾಪ ಅನಿಸುವಷ್ಟು! ಅಂತೂ ಒಂದೆರಡನ್ನು "ಪರವಾಗಿಲ್ಲ" ಎಂದು ಪಕ್ಕಕ್ಕೆ ಇಡಲು... ವ್ಯಾಪಾರ ಮುಗಿಯಿತು ಎಂದುಕೊಳ್ಳುವಷ್ಟರಲ್ಲಿ, "ಅಂಕಲ್, ಇದು ಹಾಗೆ ಇಟ್ಟಿರಿ" ಎಂದು ಹೇಳಿ ನನ್ನ ಕಡೆ ತಿರುಗಿ, "ಮಮ್ಮಿ, ಬೇರೆ ಅಂಗಡಿಯಲ್ಲಿ ಚೆಕ್ ಮಾಡೋಣ" ಎಂದಳು! ದಣಿದಿದ್ದ ಅಂಗಡಿಯವನ ನೋಡಿ, ಯಾವುದೋ ಒಂದು ಬಟ್ಟೆ ನೆಪಕ್ಕೆ ಆ ಅಂಗಡಿಯಲ್ಲೇ ಕೊಂಡುಕೊಂಡರೂ, ಅದನ್ನು ಅವಳು ಧರಿಸೋದಿಲ್ಲ ಎಂಬುದು ನನಗೆ ಖಚಿತವಾಗಿತ್ತು. ಹಾಗಾಗಿ ಅವಳಿಗೆ ಸಮಾಧಾನ ಆಗುವವರೆಗೂ ಮುಂದುವರಿಯಿತು ಹುಟ್ಟುಹಬ್ಬದ ಖರೀದಿ.

ಹೀಗೆ ಅನೇಕ ವರ್ಷಗಳು ಸರಿದವು. ಸಮಯ ಕಳೆದಂತೆ ಆಸ್ಪತ್ರೆ, ಸಂಜೆ ಕ್ಲಿನಿಕ್, ಮನೆಯ ಕೆಲಸಗಳ ನಡುವೆ ಹುಟ್ಟುಹಬ್ಬಕ್ಕಾಗಿ ತುಡಿತಗಳು ಹೇಗೆ ಮರೆಯಾದವೋ ಗೊತ್ತೇ ಆಗಲಿಲ್ಲ. ಕೆಲವೊಮ್ಮೆ ಮಕ್ಕಳ ಹುಟ್ಟಿದ ದಿನಕ್ಕಾಗಿ ಹೊಸ ಬಟ್ಟೆಯಾಗಲಿ, ಸಣ್ಣ ಉಡುಗೊರೆಯಾಗಲಿ ಖರೀದಿಸಲಾಗದೆ ದುಃಖಿಸಿದ್ದೂ ಉಂಟು. ಒಮ್ಮೆ ಮನೆಯಲ್ಲೇ ಇದ್ದ **Perfumed tissue papers** (ಪರಿಮಳ ಬೆರೆತ ಮುಖ ಒರೆಸುವ ವಸ್ತ್ರ) ಅನ್ನು ಅವಳಿಗೆ ಉಡುಗೊರೆಯೆಂದು ಕೊಟ್ಟಿದ್ದೆ. ಬಹುಶಃ ಒಳಗೂ ಹೊರಗೂ ದುಡಿಯುತಾ... ನಾನು ಬದುಕಿನ ಅಮೂಲ್ಯ ಕ್ಷಣಗಳನ್ನು ಹಿಡಿದಿಟ್ಟುಕೊಳ್ಳದಂತ ಸುಲಭ ಕೆಲಸಕೆ ಮುಖ ಮಾಡಿದ್ದೆ. ಈಗಲೂ ನನ್ನ ಮಗಳು ಅದನ್ನು ನೆನಪಿಸಿಕೊಳ್ಳುತ್ತಾ ಆಗಾಗ ಜಾಡಿಸುತ್ತಾಳೆ. ಹುಟ್ಟಿದ ಹಬ್ಬಕ್ಕೆ ಏನ್ ಗಿಫ್ಟ್ ಕಡಬೇಕು ಅಂತಾನು ಯೋಚಿಸ್ತಿರಲಿಲ್ಲ ನೀನ ಅಂತಾ!

ಬಹುಶಃ ಒಳಗೂ ಹೊರಗೂ "ದುಡಿಯುವ ಯಂತ್ರ"ವಾಗಿಬಿಟ್ಟ ನನ್ನನ್ನು ಮತ್ತೆ ಭಾವನಾ ಲೋಕಕ್ಕೆ ಕರೆತಂದದ್ದು ನನ್ನ ಗೊಂಬೆ! ಅದಕ್ಕಾಗಿ ಗೊಂಬೆ ಮಾಡದ್ದಾದರೂ ಏನು?

ಆಗ ನನ್ನ ಗೊಂಬೆ ಆರನೇ ತರಗತಿಯಲ್ಲಿ ಓದುತ್ತಿದ್ದಳು. ನಾನು ಸಾಮಾನ್ಯವಾಗಿ ಡ್ಯೂಟಿ ಮುಗಿಸಿ ಸಂಜೆ ಐದು ಗಂಟೆಗೆ ಮನೆ ತಲುಪುತ್ತಿದ್ದರೆ, ನನಗಿಂತ ಅರ್ಧ ಗಂಟೆ ಮೊದಲು ನನ್ನ ಮಗಳು ಮನೆ ತಲುಪುತ್ತಿದ್ದಳು. ಆ ಅರ್ಧ ಗಂಟೆಯಲ್ಲಿ ಯೂನಿಫಾರ್ಮ್ ಸಹ ಬದಲಿಸದೆ ಬೇಗ ಬೇಗ ಕ್ಯಾರೆಟ್ ತುರಿದು, ಮೊದಲ ಬಾರಿ ಕಷ್ಟಪಟ್ಟು ಗ್ಯಾಸ್ ಸ್ಟೋವ್ ಹಚ್ಚಿ, ಹಲ್ವಾ ಮಾಡಿ, ಅದನ್ನು ಒಂದು ಬಟ್ಟಲಿಗೆ ಹಾಕಿ ಕೇಕ್ ಆಕಾರಕ್ಕೆ ತಂದು, ಅದರ ಮೇಲೆ ಎರಡು ಗೋಡಂಬಿಯನ್ನು ಪ್ರೀತಿಯ ಲಾಂಛನದಂತೆ ಇಟ್ಟು, "ಕತ್ತರಿಸು" ಎಂದು ಕೈಗೆತ್ತಿದಾಗ...!!! ಆ ಮುಗ್ಧ ಕಂದಮ್ಮನ ಸಮಯೋಚಿತ ಪ್ರಜ್ಞೆಗೆ ನನ್ನ ಕಣ್ಣುಗಳಲ್ಲಿ ಹನಿಯಿದ್ದರೂ... ತುಟಿಗಳಲ್ಲಿ ಸಂತಸದ ಖನಿಯಿತ್ತು! ಅಲ್ಲಿಂದ ಅನೇಕ ಬಾರಿ ಇಂತಹ ಉಡುಗೊರೆಗಳು ಅವಳಿಂದ ಬರಲು, ಹುಟ್ಟಿದ ದಿನ... ಹುಟ್ಟು ಹಬ್ಬದ ಸಂಭ್ರಮವನ್ನು ಕನಿಷ್ಠ ಸ್ವಲ್ಪವಾದರೂ ಪಡೆದಿದ್ದೇನೆಂದರೆ ತಪ್ಪಿಲ್ಲ. ಇಂತಹ ಗೊಂಬೆ ನನಗೆ ಜೀವನಕ್ಕೆ **"ಅಮೂಲ್ಯ ಉಡುಗೊರೆ"** ಅಲ್ಲವೇ ಹೇಳಿ??

****

ಅಧ್ಯಾಯ ೨೫

"ನ್ಯಾಯ ಮೂರ್ತಿ!!"

ಅ. ಸಮಾಜದ ಕಟ್ಟುಪಾಡುಗಳಿಗೆ ಬಗ್ಗಿ ಬದುಕಬೇಕಾದುದು ಅನಿವಾರ್ಯವಾಗಿ ಬಿಡುತ್ತದೆ. ಅದನ್ನು ಪ್ರಶ್ನಿಸುವ ಧೈರ್ಯ ನಮಗೂ ಇರುವುದಿಲ್ಲ. ಜನ, ಮನ, ಮನೆ, ಭಾಷೆ, ಧರ್ಮ ಎಲ್ಲವನ್ನೂ ದಾಟಿ ನನ್ನ ಕಂದಮ್ಮ ತನ್ನದೇ ಆದ ವ್ಯಕ್ತಿತ್ವ ಬೆಳೆಸಿಕೊಂಡಿರುವುದರಲ್ಲಿ ನನ್ನ ಕೈವಾಡವೇನೂ ಇಲ್ಲ. ಅದು ಹೇಗೋ — "ಆನೆ ನಡೆದದ್ದೇ ದಾರಿ, ಕೋತಿ ತಿಂದದ್ದೇ ಹಣ್ಣು!" (ಇದು ಪ್ರಜ್ಞಾಳ ಗಾದೆ). ಯಾರ ಬಗ್ಗೆ ತಲೆ ಕೆಡಿಸಿಕೊಳ್ಳಲ್ಲ, ಯಾರನ್ನೂ ಮೆಚ್ಚಿಸಬೇಕೆಂದಿಲ್ಲ, ಯಾರಿಗೂ ಸೊಪ್ಪು ಹಾಕೋದಿಲ್ಲ; ತನ್ಗೆ ಇಷ್ಟವಾದಂತೆ ಬದುಕುವ ಶೈಲಿ ಎಲ್ಲರಿಗೂ ಸಾಧ್ಯವಿಲ್ಲ ಬಿಡಿ. ಐದಾರು ಡಿಗ್ರಿ ಓದಿಕೊಂಡಿರೋ ನೀನೇ ಪ್ರಶ್ನಿಸದಿದ್ದರೆ ಹೇಗೆ ಅಂತ ಪುಟ್ಟ ಹುಡುಗಿ ಕೇಳಿದಾಗಲೂ ಉದಾಸೀನ ಮಾಡಿದ ಸಂದರ್ಭಗಳಿವೆ. ಅದರಲ್ಲಿ ಕೆಲವು ನಿಮ್ಮೊಡನೆ ಹಂಚಿಕೊಳ್ಳಲೇಬೇಕು.

"ಮಹಾಲಯ ಅಮಾವಾಸ್ಯೆ" — ನಾವು ಕಳೆದುಕೊಂಡ ನಮ್ಮ ಹಿರಿಯರನ್ನು ನೆನೆದು, ಅವರಿಷ್ಟವಾದ ಭಕ್ಷ್ಯಗಳನ್ನು ಬಾಳೆ ಎಲೆಯಲ್ಲಿ ಇಟ್ಟು ಅರ್ಪಿಸಿ ಪುನೀತರಾಗುವ ಸಂಸ್ಕೃತಿ.

ಅವಳು ಕೇಳಿದ ಮೂರು ಪ್ರಶ್ನೆಗಳು:

1. **"ಮಮ್ಮಿ, ಬದುಕಿರುವಾಗ ನಮ್ಮವರನ್ನು ಸರಿಯಾಗಿ ನೋಡಿಕೊಳ್ಳದಿದ್ದರೂ, ಸತ್ತ ಮೇಲೆ ನೆನೆದು ಅಳುವುದರಲ್ಲಿ ಅರ್ಥ ಇದೆಯಾ?"**
2. **"ಸತ್ತವರಿಗೆ ಅವರು ಇಷ್ಟಪಟ್ಟದ್ದನ್ನೆಲ್ಲ ಇಟ್ಟು ಪೂಜಿಸಬೇಕು ಅಂತೆ. ಅದು ಸಿಗರೇಟ್, ಸಾರಾಯಿ, ಕೋಳಿ, ಮಾಂಸ ಏನೇ ಇರಲಿ. ಅಂದರೆ ಸತ್ತ ಮೇಲೂ ಅವರ ದುಷ್ಚಟಗಳನ್ನು ಒಪ್ಪಿಕೊಳ್ಳುವುದು, ಪ್ರೋತ್ಸಾಹಿಸುವುದು ಎಷ್ಟು ಮಟ್ಟಿಗೆ ಸರಿಯೇ?"**
3. **"ಅದೂ ಆ ದಿನವೇ ನೆನೆಸಿಕೊಳ್ಳಬೇಕು; ನಮಗೆ ನೆನಪಾದಾಗಲ್ಲ! ಇಂತಹ ಒಣ ಆಚರಣೆಗಳ ಬದಲು ಹಿರಿಯರ ಹೆಸರಿನಲ್ಲಿ ವೃದ್ಧಾಶ್ರಮದಲ್ಲಿರುವವರಿಗೆ ಸೇವೆ ಮಾಡ್ಬೋದಲ್ಲವಾ? ಕನಿಷ್ಠ ಒಂದು ಹೊತ್ತಿನ ಊಟದ ವ್ಯವಸ್ಥೆ ಮಾಡಬಹುದಲ್ವಾ?"**

ಹೌದಲ್ಲವೇ? — **"ಘನ ವಾದ!"**

ಆ. ಶಾಲೆಯ ಪರೀಕ್ಷೆಗಳಲ್ಲಿ ಪಡೆದ ಅಂಕಗಳನ್ನು ಮರೆಯದೆ, ಚಾಚು ತಪ್ಪದೆ ತಿಳಿಸುವ ನನ್ನ ಪುಟ್ಟಿಗೆ... ಅಪ್ಪಿ ತಪ್ಪಿ "ನಿನ್ನ ಸ್ನೇಹಿತೆಯರಿಗೆ ಎಷ್ಟು ಬಂದಿದೆ?" ಎಂದು ಕೇಳಿದರೆ ಸಾಕು ಶುರು ಮಾಡುತ್ತಾಳೆ ತನ್ನ ಪ್ರವಚನ! "ಮಮ್ಮಿ, ನನಗೆ ಇಷ್ಟು ಬಂದಿದೆ. ಬೇರೆವರಿಗೆ ಎಷ್ಟು ಬಂದರೂ ಅದು ನನ್ನದಾಗಲ್ಲ. ನಾನು ಗಳಿಸಿದ್ದು ನನಗೆ; ಅವರದ್ದು ನನಗೆ ಸಿಗೋದಿಲ್ಲ. ಅವರವರ ಪರಿಶ್ರಮಕ್ಕೆ ತಕ್ಕ ಫಲಿತಾಂಶ ಸಿಗಬೇಕು ಅಷ್ಟೇ." "ಅಲ್ಲ ಪುಟ್ಟಿ, ನಿನ್ನ ಫ್ರೆಂಡ್ ಅಲ್ವಾ ಅದಕ್ಕೆ ಕೇಳಿದ್ದು!" ಎಂದರೆ... "ಮಮ್ಮಿ, ನನ್ನ ಫ್ರೆಂಡ್ಸ್‌ಗೆ ಜಾಸ್ತಿ ಬಂದರೆ ನನ್ನದೆಷ್ಟು ಅಂತ ಅವರು ಕೇಳ್ತಾರೆ. ನನಗಿಂತ ಕಡಿಮೆ ಬಂದಿದ್ರೆ ಮುಖ ಸಪ್ಪಗಾಗಿಸಿಕೊಂಡು ಬೇಜಾರಿನಲ್ಲಿ ಇರುತ್ತಾರೆ. ಆಗ ಮತ್ತೆ ಅವರಿಗೆ ಯಾಕೆ ಹಿಂಸೆ ಕೊಡೋದು? " ಎಂದಾಗ ಅನಿಸಿದ್ದು.. ಪ್ರಬುದ್ಧತೆ ಅಂದ್ರೆ ಇದೇನಾ?"

ಇ. ಅಪ್ಪಿ ತಪ್ಪಿಯೂ ಯಾವುದೇ ಕಾರಣಕ್ಕೂ ಪರೀಕ್ಷೆಯಲ್ಲಿ ನಕಲು ಮಾಡದ, ಯಾರದ್ದೋ ಅಂಕಗಳೆಂದು ತಲೆ ಕೆಡಿಸಿಕೊಳ್ಳದ ನನ್ನ ಕಂದ! ತನ್ನ ಅಂಕಗಳ ಬಗ್ಗೆ ಕೆಟ್ಟ ಕುತೂಹಲ ತೋರಿಸುವ ಜನರನ್ನು ದೂರವಿಡುವ ಪ್ರಜ್ಞಾಳ ಪ್ರಜ್ಞೆಗೆ ಶರಣಾಗದೆ ಹೇಗಿರಲಿ? ಮನೆಯಲ್ಲಿ ನಡೆಯುವ ಸಣ್ಣ ಪುಟ್ಟ ಕಲಹಗಳಲ್ಲಿ ಯಾರ ತಪ್ಪು ಅಂತ ನಿಷ್ಪಕ್ಷಪಾತವಾಗಿ ಕಡ್ಡಿ ಮುರಿದಂತೆ ಹೇಳುವ ಅವಳ **ನ್ಯಾಯ ಪ್ರಜ್ಞೆಗೆ** ಶರಣಾಗದೆ ಹೇಗಿರಲಿ?

ಹಾಗೆಯೇ ಅವಳ ಬೈಯಾಲಜಿ ಟೀಚರ್ ಕೂಡ ಅವಳಿಗೆ 100% ಅಂಕಗಳನ್ನು ಪಡೆಯುವ ಸಾಮರ್ಥ್ಯ ಇದೆ ಎಂಬ ನಂಬಿಕೆಯನ್ನು ತುಂಬಿದ್ದರು. ಕೊನೆಗೂ ಶಾಲೆ ಮುಗಿಸುವ ವೇಳೆಗೆ ಅವಳು ಬಯಸಿದಂತೆಯೇ ಗುರುಗಳು ಅವಳಿಗೆ ಸಿಕ್ಕಿಬಿಟ್ಟರು.

ಆ ಗುರುಗಳಿಗೆ ನನ್ನ ಹೃದಯಪೂರ್ವಕ ಕೃತಜ್ಞತೆಗಳು!

****

ಅಧ್ಯಾಯ ೨೬

"ಮಾಲ್-ನಲ್ಲಿ ಕಮಾಲ್"

ಅಂದು ಎಂದೂ ಕೇಳದ ನನ್ನ ಮಗಳು ಮೊದಲು ಬಾರಿಗೆ, "ಮಮ್ಮಿ, ನನಗೆ ಮಾಲ್‌ಗೆ ಹೋಗಬೇಕು, ಕರೆದುಕೊಂಡು ಹೋಗ್ತೀಯಾ?" ಎಂದು ಕೇಳಲು ಆಶ್ಚರ್ಯವಾದರೂ... "ಓಕೆ" ಎಂದು ಹೇಳಿದೆ. ಬಹುಶಃ ಆಂದು ಅವಳ ಶಾಲೆಯ ಕೊನೆಯ **ಪೇರಂಟ್ಸ್-ಟೀಚರ್ಸ್ ಮೀಟಿಂಗ್**‌ನಲ್ಲಿ ಅವಳ ಟೀಚರ್ ಹೊಗಳಿದ ಪರಿಣಾಮ ಇರಬಹುದು. ಯಾಕಂದ್ರೆ ಅಂದು ಅವಳ ಟೀಚರ್ ಅವಳನ್ನು ಸಿಕ್ಕಾಪಟ್ಟೆ ಹೊಗಳಿದ್ದರು.

"ನಿಮ್ಮ ಮಗಳು ಪುಷ್ಕಲ ಪ್ರಜ್ಞ, ತುಂಬಾ ಒಳ್ಳೆಯ ಮಗು! ಯಾವಾಗಲೂ ತನ್ನ ಪಾಡಿಗೆ ತಾನೇ ಓದುತ್ತಿರುತ್ತಾಳೆ. ನನಗೆ ಯಾವ ಕಂಪ್ಲೈಂಟ್ ಇಲ್ಲ. ಯಾವ ಅಡ್ವೈಸ್ ಸಹ ಬೇಡ. ಎಲ್ಲವನ್ನೂ ಅವಳೇ ನೋಡಿಕೊಳ್ಳುತ್ತಾಳೆ. ದಿ ಬೆಸ್ಟ್ ಕಿಡ್!" ಅದಕ್ಕೆ ಆ ಹೊಗಳಿಕೆ ನೆತ್ತಿಗೆ ಏರಿರಬೇಕು. ಹಾಗಾಗಿ ಹೊಸ ವರಸೆ ಶುರುವಾಗಿರಬಹುದು. ಆದರೂ ಮೊದಲನೇ ಬಾರಿಗೆ ಕೇಳಿದ್ದರಿಂದ "ಬೇಡ" ಅನ್ನುವುದು ಬೇಡವೆನಿಸಿತು. ಸ್ವಲ್ಪ ಖರ್ಚಿನ ಮಾತು ಇದ್ದರೂ... "ಸರಿ, ಹೋಗೋಣ" ಎಂದು ಕರೆದುಕೊಂಡು ಹೋದೆ. ನೋಡುತ್ತಾ ಇದ್ದಾಳೆ... ಒಂದರ ಮೇಲೆ ಒಂದು... ಆರು **ಚೂಡಿದಾರ್‌ಗಳ** ಸೆಲೆಕ್ಷನ್ ಆಗಿದೆ. "ಇದು ಚೆನ್ನಾಗಿದೆನಾ?" ಎಂದಾಗಲೆಲ್ಲ "ಹೂಂ" ಅನ್ನುವುದನ್ನು ಬಿಟ್ಟು ನಾನು ಏನೂ ಹೇಳಲಾಗಲಿಲ್ಲ. ಏಕೆಂದರೆ ಒಂದೆರಡಕ್ಕಿಂತ ಹೆಚ್ಚು ಬಟ್ಟೆ ಕೊಳ್ಳದ ನನಗೆ ಅವಳ ಆ ಅವತಾರ ಹೊಸದಾಗಿತ್ತು! ಸರಿ, ಹಣ ಹೋಗಲಿ, ಅವಳು ಬಹಳ ಸಂತೋಷದಲ್ಲಿದ್ದಾಳೆ ಎಂದು ಸುಮ್ಮನಾದೆ.

ಸ್ವಲ್ಪ ಹೊತ್ತಿಗೆ ಅವಳು,

"ಸರಿ ಮಮ್ಮಿ, ಇದನ್ನೆಲ್ಲ ಹಾಕಿ ಟ್ರಯಲ್ ಮಾಡಿ ತೋರಿಸು" ಎಂದಾಗ...ಇದು ಬೇರೆ ಎಂದ್ಕೊಂಡು ನಾನು ಹೇಳಿದೆ ,

"ಚಿನ್ನು, ನೀನೇ ಹಾಕಿಕೊಂಡು ನೋಡು. ಎಲ್ಲ ಬಟ್ಟೆ ಎಲ್ಲರಿಗೂ ಸೂಟ್ ಆಗೋದಿಲ್ಲ. ನಿನ್ನ ಬಟ್ಟೆ ಕೊಳ್ಳಲು ನೀನೇ ಟ್ರಯಲ್ ಮಾಡಿ ನೋಡಿದ್ರೆ ಸರಿಯಲ್ಲವಾ?"

ಆಗ ಅವಳು —
"ಇಲ್ಲ, ಪರವಾಗಿಲ್ಲ. ನನಗೆ ಹಾಗೇ ಗೊತ್ತಾಗುತ್ತದೆ" ಎಂದು ಒಂದರ ನಂತರ ಒಂದರಂತೆ ಧರಿಸಲು ಹೇಳಿ ನೋಡಿಕೊಂಡು ಪಕ್ಕಕ್ಕೆ ಇಡುತ್ತಾ ಹೋದಳು.

ಕೊನೆಗೆ ನಾಲ್ಕನ್ನು ಸೆಲೆಕ್ಟ್ ಮಾಡಿ ಬಿಲ್ ಮಾಡಲು ಹೇಳಿದಾಗ ನಾನು ಹೇಳಿದೆ —
"ಚಿನ್ನು, ಇವೆಲ್ಲ ನನ್ನ ಸೈಜಿನವು. ನಿನಗೆ ಆಗೋದಿಲ್ಲ."

ಅವಳು ತಟ್ಟನೆ —
"ಗೊತ್ತು. ಇವೆಲ್ಲ ನಿನಗಾಗಿ ಕೊಂಡದ್ದು. ಬಿಲ್ ಕೌಂಟರ್‌ಗೆ ನಡಿ" ಎಂದಳು.

ಆಶ್ಚರ್ಯವಾಯ್ತು!!

"ನನಗೇಕೆ ಚಿನ್ನು? ನನ್ನ ಬಳಿ ಬಹಳಷ್ಟಿವೆ" ಎಂದಾಗ ಅವಳು ಕೇಳಿದಳು,

"ಅದಕ್ಕೆ ಇಂದು ನೀನು ಸುಟ್ಟ ಚೂಡಿದಾರ್ ಹಾಕಿಕೊಂಡು ಬಂದಿದ್ದೀಯಾ?"

ಆಗ ನನಗೆ ಅರ್ಥ ಆಯ್ತು. ಅಂದು ಆಪರೇಷನ್ ಥಿಯೇಟರ್‌ನಲ್ಲಿ ಬಹಳ ಪೇಷಂಟ್ಸ್ ಇದ್ದುದರಿಂದ ಲೇಟಾಗಬಾರದೆಂದು, ಐರನ್ ಮಾಡಿದ ಬಟ್ಟೆಗಳನ್ನು ಸರಿಯಾಗಿ ನೋಡದೆ ಧರಿಸಿಕೊಂಡು ಹೋಗಿದ್ದೆ. ನಂತರ ಅವಳ ಶಾಲೆಯ ಮೀಟಿಂಗ್‌ಗೂ ಹಾಗೆ ಹೋಗಿದ್ದೆ. ಆ ಬಟ್ಟೆ ಐರನ್ ಮಾಡುವವನ ಕೈಚಳಕದಿಂದ ಸ್ವಲ್ಪ ಸುಟ್ಟು ಹೋಗಿತ್ತು. ದುಪ್ಪಟ್ಟ ಹೊದಿದ್ದರಿಂದ ನನಗೆ ಗಮನಕ್ಕೆ ಬಂದಿರಲಿಲ್ಲ. ಆದರೆ ನನ್ನ ಮಗಳು ಗಮನಿಸಿ ಹೇಳಿದಳು , "ಮಮ್ಮಿ, ನೀನು ಹೊರಗೆ ಕೆಲಸ ಮಾಡುವವಳು. ಪ್ರೆಸೆಂಟೆಬಲ್ ಆಗಿರಬೇಕು. ನನಗೆ ಹೇಗಾದರೂ ಯೂನಿಫಾರ್ಮ್ ತಾನೇ. ನೀನು ಒಳ್ಳೆಯ ಬಟ್ಟೆ ಧರಿಸಬೇಕು ಅಲ್ಲವಾ?" ಅಷ್ಟು ಬುದ್ಧಿ ಮಾತು ಹೇಳಿ ನನ್ನನ್ನು ಕರೆದುಕೊಂಡು ಬಂದಳು. ಅಂದು ಅವಳು ಆರಿಸಿದ ಬಟ್ಟೆಗಳನ್ನು ಧರಿಸಿದಾಗ ನನ್ನ ಸಹೋದ್ಯೋಗಿಗಳು ,
"ಬಹಳ ಚೆನ್ನಾಗಿದೆ! ಎಲ್ಲಿ ಕೊಂಡದ್ದು? ನಿಮ್ಮ ಸೆಲೆಕ್ಷನ್ ಸೂಪರ್!" ಎಂದು ಹಲವಾರು ಕಾಮೆಂಟ್ಸ್ ಹರಿಸಿದರು.

ಹೀಗೇ ನನ್ನ ಹೊಸ ಉಡುಗೆಗಳ ಅಧ್ಯಾಯ **ಮಾಲ್‌ನಲ್ಲಿ ನನ್ನ ಮಗಳು ತೋರಿಸಿದ ಆ ಕಮಾಲ್‌ನಿಂದ** ಶುರುವಾಯಿತು. ಅವಳು ಹಲವಾರು ಉಡುಪುಗಳನ್ನು ನನ್ನ ಕಪಾಟಿಗೆ ಸೇರಿಸಿದ್ದಾಳೆ ನಿಜ. ಆದರೆ ನಾನು ಹಳೆಯ ಚಾಳಿ ಪ್ರಕಾರ ಐರನ್ ಆಗಿ ಬಂದ ಬಟ್ಟೆಗಳಲ್ಲಿ ಯಾವುದೋ ಒಂದನ್ನು "ಒಕೆ" ಅನ್ಕೊಂಡು ತಕ್ಕ ಮಟ್ಟಿಗೆ ಹೊಂದಿಸಿ ಧರಿಸಿ ಹೊರಟುಬಿಡುತ್ತೇನೆ.

ಅದನ್ನು ಕಂಡಾಗಲೆಲ್ಲ ಅವಳು ಹೇಳುವುದು —
"ಮಮ್ಮಿ, ನಿನ್ನನ್ನು ಕ್ಯಾಲಿಫೋರ್ನಿಯಾ ಲೆವೆಲ್‌ಗೆ ಕರೆದರೂ, ಕಲಾಸಿಪಾಳ್ಯದ ಬುದ್ಧಿ ಮಾತ್ರ ಬಿಡಲ್ಲ ಅಂತೀಯಾ!" ಆಗ ನಾನು ಜಾಣ ಕಿವುಡಿಯಂತೆ ಇರುತ್ತೇನೆ. ಏನೇ ಆಗಲಿ... ಇಂದಿಗೂ ನಾನು **ಅವಳು ಸೆಲೆಕ್ಟ್ ಮಾಡಿದ ಬಟ್ಟೆಗಳನ್ನೇ ಧರಿಸೋದು**!!!

****

ಅಧ್ಯಾಯ ೨೭

"ಪಕ್ಕಾ ಕೊಡುಗೆ"!!

ಕನ್ನಡ ನಮ್ಮ ಮಾತೃಭಾಷೆ. ನಮ್ಮ ಭಾವನೆ, ಯೋಚನೆ, ಚಿಂತನೆಗಳನ್ನು ಪದಗಳಲ್ಲಿ ಸರಾಗವಾಗಿ ಹರಿಸಲು ಸೂಕ್ತವಾದ ಮಾಧ್ಯಮ ಸರಿ. ಆದರೆ, ಅದೆಷ್ಟು ಜನರಿಗೆ ನಿಜವಾದ ಅಭಿಮಾನವಿದೆಯೋ ನಾ ತಿಳಿಯೆ. ಶಾಲಾ-ಕಾಲೇಜಿನ ಮಟ್ಟದಲ್ಲಿ ಕನ್ನಡ ಭಾಷಾ ಕಲಿಕೆ ಅಬ್ಬಬ್ಬಾ ಅಂದರೆ ೧೨ನೇ ತರಗತಿವರೆಗೆ ಮಾತ್ರ ಸೀಮಿತ. ಆದರೆ, ಆಂಗ್ಲ ಭಾಷೆ ಕಲಿಕೆ ಹಾಗಲ್ಲ. ಪದವಿ, ಸ್ನಾತಕೋತ್ತರ ಪದವಿಗಳ ನಂತರವೂ ಪರೋಕ್ಷವಾಗಿಯಾದರೂ ಮುಂದುವರೆಯುತ್ತದೆ. ಹೀಗಿದ್ದರೂ... ಮೈಕ್ ಕೈಗೆಟ್ಟೊಡನೆ ನನ್ನ ಮನದಾಳದಿಂದ ಕನ್ನಡ ಭಾಷೆ ನಗುನಗುತ್ತಾ ಗರಿಗೆದರುತ್ತಾ ಉದುರುತ್ತೆ... ಅದು ನನ್ನ ಪುಣ್ಯ. ಎರಡು ಮಕ್ಕಳು, ಎರಡು ಕಣ್ಣುಗಳಂತೆ... ಭೇದವಿಲ್ಲದ ಪೋಷಣೆ ಇತ್ಯಾದಿ ಹೇಳಿದರೂ... ಅದೆಷ್ಟು ಅಂತರ ಅವರಿಬ್ಬರಲ್ಲೇ!! ಇದು ನನಗಿನ್ನೂ ಅರಿವಾಗದ ಮತ್ತು ಅರಗಿಸಿಕೊಳ್ಳಲಾಗದ ಸತ್ಯ!!

ಇಬ್ಬರೂ ಮಕ್ಕಳಿಗೂ ಒಂದೇ ರೀತಿಯಾಗಿ ಕನ್ನಡ ಕಲಿಸುತ್ತಿದ್ದೇನಾದರೂ... ಮಗಳು ಸ್ವಲ್ಪ ಅಸಮಾನದಿಂದ... "ಇಷ್ಟೊಂದು ಅಕ್ಷರಗಳಾ?? ಜೊತೆಗೆ ಕಾಗುಣಿತ ಬೇರೆ!!!" ಎಂದು ಗೊಣಗಿದರೂ, ನನ್ನ ಭಯಕ್ಕೋ ಕನ್ನಡ ಟೀಚರ್ ಭಯಕ್ಕೋ ಕಲಿತರೆ, ಮಗ ಪಾಠ್ಯದಲ್ಲಿದೆ ಎಂಬ ಅನಿವಾರ್ಯತೆಗೆ ಬಿದ್ದು ಕಲಿತನು. ಭಾಷೆಯ ತಳಪಾಯ ಗಟ್ಟಿಯಾದ ಮೇಲೆ ಮಗಳಿಗೆ ಕನ್ನಡ ಅಭಿಮಾನವೆನಿಸಿದರೆ, ಮಗ ಮಾತ್ರ ತನ್ನ ಬಿಗುವು ಬಿಡಲೇ ಇಲ್ಲ. ಹತ್ತನೇ ತರಗತಿಯ ಪಾಠಗಳನ್ನು ಓದಿ, ಅದನ್ನು ಆಡು ಭಾಷೆಯಲ್ಲಿ ಸರಳವಾಗಿ ಹೇಳಬೇಕಿದ್ದವನಿಗೆ, ಕೇವಲ ಅದನ್ನಷ್ಟೇ ಕೇಳಿಕೊಂಡು ಪರೀಕ್ಷೆ ಬರೆದ ಅವನಿಗೆ ಅದು ಹೇಗೆ ೯೦ ಅಂಕ ದೊರಕಿತೋ ಭಗವಂತನೇ ಬಲ್ಲ. ಏನಾದರೂ ಕೇಳಿದರೆ —

"ಯಾರೋ ಅವರ ಹೊಟ್ಟೆಪಾಡಿಗೊ ಖುಷಿಗೊ ಬರೆದದ್ದನ್ನೆಲ್ಲ ನಾನ್ಯಾಕೆ ಓದಬೇಕು? ಹೋಗಲಿ ಮುಂದೆ ನಂಗ್ಯಾವುದಕ್ಕೂ ಅದು ಬೇಕೂ ಇಲ್ಲ, ಅದಕ್ಕೆ ಸಾಕಿಷ್ಟೇ!" ಎನ್ನುತ್ತಿದ್ದ!

ಆದರೆ ನನ್ನ ಮಗಳು ಬಹಳ ಅಚ್ಚುಕಟ್ಟಾಗಿ ಕನ್ನಡದಲ್ಲಿ ೧೦೦ಕ್ಕೆ ೧೦೦ ಅಂಕಗಳೊಂದಿಗೆ ಶಾಲೆಗೆ ಮೊದಲಾಗಿ **"ಕಮಲಾಕ್ಷಿ ಹೆಗ್ಗಡೆ"** ಪ್ರಶಸ್ತಿ ಪಡೆದದ್ದು ನನಗೆ ತುಂಬ ನೆಮ್ಮದಿ ತಂದಿತು. ಅಷ್ಟೇ ಅಲ್ಲ. ನಿತ್ಯ ಮಾತಿನಲ್ಲಿ ಬಳಸುವ ನಿಶ್ಚಯ, ಮುಂಜಾನೆ, ಸಂಜೆ, ಅಭಿಮಾನಿ,

ಹೋರಾಟ... ಇತ್ಯಾದಿ ಸ್ವಚ್ಛ ಪದಗಳು ಕನ್ನಡ ಭಾಷೆಯ ಮೇಲೆ ನನ್ನ ಕಂದಮ್ಮನಿಗಿರುವ ಹಿಡಿತವಷ್ಟೇ ಅಲ್ಲ, ಭಾಷೆಯ ಬಗ್ಗೆ ಇರುವ ಅವಳ ತುಡಿತಕ್ಕೆ ಸಾಕ್ಷಿ!

ಎಷ್ಟೋ ಬಾರಿ ನಾನು ಕಥೆ-ಕವನ ಬರೆಯುವಾಗ ಯಾವುದೋ ಪದ ಸಿಗದೆ ನನ್ನ ಕೈಯಲ್ಲಿನ ಲೇಖನಿ ಅಲ್ಪವಿರಾಮದಲ್ಲಿರಲು..., ಅವಳ ಮಾತಿನಲ್ಲಿ ಆ ಪದ ಸಿಕ್ಕು ನನ್ನ ಲೇಖನಿ ತನ್ನ ಪ್ರಯಾಣವನ್ನು ಮುಂದುವರೆಸಿದ್ದು ಇದೆ. ನನ್ನ ಪುಟ್ಟಿಯ ಹಾಸ್ಯಭರಿತ ಸಂಭಾಷಣೆಗಳು ಅನೇಕ ಬಾರಿ ನನ್ನ ಕಥೆಗಳಲ್ಲಿ ನವಿರಾದ ಹಾಸ್ಯವಾಗಿ ತಿರುವು ಪಡೆದದ್ದು ಇದೆ.

ಉದಾಹರಣೆಗೆ:
ನಾನು ಹೇಳಿದ ಮಾತು ಕೇಳದೆ ಸತಾಯಿಸುವಾಗ ಒಮ್ಮೆ ಹೇಳಿದೆ...
“ಚಿನ್ನು, Don’t take me lightly! (ನನ್ನನ್ನು ಹಗುರವಾಗಿ ತೆಗೆದುಕೊಳ್ಳಬೇಡ)”

ಪಟ್ಟನೆ ಹೇಳಿದಳು...
“How can I take 75 kgs lightly? (ಹೇಗೆ ಸಾಧ್ಯ? ಹಗುರ ಅಂದ್ಕೊಳ್ಳೊಕೆ... ಈ ೭೫ ಕೆಜಿಯನ್ನು?)”

ಅವಳಿಗೆ ವಿರಾಮವಿದ್ದಾಗಲೇ ನಾನೇದಾದರೂ ಲೇಟಾಗಿ ಮನೆಗೆ ಬಂದರೆ ಅಥವಾ ಅವಳಿಗೆ ಇಷ್ಟವಾಗುವಂತ ತಿಂಡಿ ಮಾಡಿರದಿದ್ದರೆ ಅಥವಾ ‘ಅಯ್ಯೋ ಚಿನ್ನ ನಿನ್ಗಿಷ್ಟ ಆಗ್ಬಹುದಂತ ಅನ್ಕೊಂಡೆ’ ಅಂತ ಸುಮ್ಮನೆ ಏನಾದರೂ ಉಡುಗೊರೆ ಕೊಟ್ಟಾಗ... ಒಟ್ಟಿನಲ್ಲಿ ಅವಳನ್ನು ಇನ್ನೂ ಅರ್ಥ ಮಾಡಿಕೊಳ್ಳಿಲ್ಲ ಅಂತ ಅವಳಿಗೆ ಒಂಚೂರು ಅನುಮಾನ ಬಂದರೂ ಸಾಕು... ಹೇಳ್ತಾಳೆ...

“ಈ Uterus (ಗರ್ಭಕೋಶ) ಇದ್ದವರೆಲ್ಲ ಮಮ್ಮಿಗಳಾದರೆ ಹೀಗೆ ಆಗೋದು. ಮಮ್ಮಿ ಆಗಕ್ಕೂ ಒಂದು ಎಂಟ್ರನ್ಸ್ ಇದ್ದಿದ್ದರೆ ಚೆನ್ನಾಗಿರುತ್ತಿತ್ತು. ಎಷ್ಟು ಸ್ಕೋರ್ ಬರುತ್ತೋ ಆ ಆಧಾರದ ಮೇಲೆ ಸೂಕ್ತವಾದ ಮಕ್ಕಳನ್ನು ಹುಟ್ತಾರೆ ಅಂತ ಇರಬೇಕಿತ್ತು; ಹಾಗಾಗೋ ತರ ಇದ್ದಿದ್ದರೆ, ನಾನಂತು ನಿನಗೆ ಯಾವ ಜನ್ಮದಲ್ಲೂ ಮಗಳು ಆಗಿ ಸಿಕ್ತಿರಲಿಲ್ಲ!” ಕೊಬ್ಬೇಶ್ವರಿ ನನ್ನ ಮಗಳು!!

ಮತ್ತೊಮ್ಮೆ, ನಾನು ಹೇಳಿದ್ದೆ...
"ನೋಡು ನನಗೆ ಬಹಳ ಅನುಭವ ಇದೆ. ಹಾಗಾಗಿ ನನ್ನ ಮಾತುಗಳಿಗೆ ಬೆಲೆ ಇರಬೇಕು."

ಆಗ ಅವಳು ತಟ್ಟನೆ...ನನ್ನತ್ತ ಕೈ ಮಾಡಿ ತೋರಿ...
"ಓಹ್, ಈ ಹಳೆ ಗ್ರಂಥನಾ? ಯಾರಾದರೂ ತೆಗೆದುಕೊಂಡು ಹೋಗಿ ಪ್ಲೀಸ್, ಬೇಕಾದರೆ ಮೇಲೆ ೨೦೦ ರೂಪಾಯಿ ಸೇರಿಸಿ ಕೊಡ್ತೀನಿ!" ಎಂದಳು!

ಹೀಗೆ ಎಷ್ಟೋ ಅವಳಿಂದ ತಟ್ಟನೆ ಉದರುವ ಹಾಸ್ಯದ ತುಣುಕುಗಳು ನನ್ನ ಲೇಖನದಲ್ಲಿ ಎಣುಕದೆ ಇರುವವು. ಅಂದರೆ, ನನ್ನ ಬರಹಗಳಲ್ಲಿ ನನ್ನ ಪುಟ್ಟಿಯ **ಪಕ್ಕಾ ಕೊಡುಗೆ** ಇದೆ.

****

ಅಧ್ಯಾಯ ೨೮

"ವಾಸ್ತವಿಕ ಗುರು"!!

ಎಲ್ಲಾ ಅಮ್ಮಂದಿರಂತೆ ನನಗೂ ನನ್ನ ಮಗಳು ಎಲ್ಲಾ ಕ್ಷೇತ್ರದಲ್ಲೂ ಅಡ್ಡಾಡಿ ಆಲ್‌ರೌಂಡರ್ ಆಗಬೇಕು ಎಂಬ ಆಸೆ! ೩ ವರ್ಷಗಳ ಪುಟ್ಟ ಹುಡುಗಿಯಾಗಿದ್ದಾಗಲೇ ಅವಳ ಚಟಪಟ ಮಾತಿನ ಧಾಟಿಯನ್ನು ಜನರಿಗೆ ತೋರಿಸಬೇಕೆಂಬ ಆಸೆ! ಅದಕ್ಕಾಗಿ, ರಾಜ್ಯ ಮಟ್ಟದ ಫ್ಯಾನ್ಸಿ ಡ್ರೆಸ್ (ವೇಷಭೂಷಣ) ಸ್ಪರ್ಧೆಗೆ 'ಆಮೆ'ಯ ವೇಷ ಹಾಕಿಸಿ, ಚಿಕ್ಕ ಸಂಭಾಷಣೆಯನ್ನು ಕಂಠಪಾಠ ಮಾಡಿಸಿ ಕರೆದುಕೊಂಡೆ. ಮನೆಯಲ್ಲೆಲ್ಲ ಪಟಪಟ ಮಾತಾಡುತ್ತಿದ್ದ ಅವಳು ವೇದಿಕೆ ಬಳಿ ಹೋಗುತ್ತಲೇ "ಹೋಗೋದೆ ಇಲ್ಲ" ಎಂದು ನನ್ನನ್ನು ಗಟ್ಟಿಯಾಗಿ ಅಪ್ಪಿಕೊಂಡುಬಿಟ್ಟಳು. ನಿರೂಪಕರು ಕಾಯುತ್ತಾ ಕಾಯುತ್ತಾ ಸುಸ್ತಾಗಿ, "ಅಮ್ಮನ ಮಡಿಲ ಚಿಪ್ಪಲ್ಲಿ ಹುದುಗಿದ ಆಮೆ" ಎಂದು ಹೆಸರಿಟ್ಟು ಮುಂದಿನ ಸ್ಪರ್ಧಿಯನ್ನು ಕರೆದುಕೊಂಡರು. ಮನಸ್ಸಿಗೆ ಬೇಸರವಾಯಿತು. ಆದರೆ ತನ್ನ ಅಪ್ಪ-ಅಮ್ಮರನ್ನು ವೇದಿಕೆಯ ಮೇಲೆ ಎಂದೂ ನೋಡಿರದ ಮಗುವಿಗೆ ತಾನು ಮಾತ್ರ ಹೋಗಬೇಕೆಂದಾಗ ಅಳುಕು, ಆತಂಕವಾಗುವುದು ಸಹಜ. ಅವಳ ವೇದಿಕೆಯ ಅಳುಕನ್ನು ಹೋಗಲಾಡಿಸಲು ಮೊದಲು ನಾನು ವೇದಿಕೆ ಹತ್ತಬೇಕು ಎಂದು ತೀರ್ಮಾನಿಸಿ ಸ್ವತಃ ಹಲವಾರು ಸಂಗೀತ ಸ್ಪರ್ಧೆಗಳಲ್ಲಿ ಭಾಗವಹಿಸಿ ಬಹುಮಾನಗಳನ್ನು ಪಡೆದೆ. ಜೊತೆಗೆ ನಂತರದ ದಿನಗಳಲ್ಲಿ ನಿರೂಪಕಿಯಾಗಿ ತೊಡಗಿಸಿಕೊಂಡೆ. ಮನೆಯಲ್ಲಿ ನಾನು ಅಡುಗೆ ಮಾಡುತ್ತಿದ್ದಾಗ ಬಂದು ನಿಂತು ನಿರೂಪಕಿಯಂತೆ ಆಗಾಗ ಅವಳ ಪ್ರತಿಭಾ ಪ್ರದರ್ಶನವನ್ನು ನನ್ನ ಮುಂದೆ ಮಾಡುತ್ತಿದ್ದಳು. ಆದರೆ ಏನೋ ಕಾರಣಕ್ಕೆ ವೇದಿಕೆಯ ಭಯ ಮಾತ್ರ ಹೋಗಲಿಲ್ಲ. ನನಗೆ ಬಹಳ ನಂಬಿಕೆ ಇತ್ತು — ನನ್ನನ್ನು ಮೀರಿಸುವ ನಿರೂಪಕಿ ಮುಂದೆ ಒಂದು ದಿನ ಅವಳಾಗಬಹುದು ಎಂದು!

ಆದ್ದರಿಂದ ಅವಳಿಗೆ ಸ್ವತಃ ವೇದಿಕೆಯನ್ನು ಮೆಟ್ಟುವ ಮನಸ್ಸು ಮಾಡುವವರೆಗೂ ಕಾಯಲು ಸಿದ್ಧಳಾದೆ. ಅದಕ್ಕೆ ಅಲ್ಲಿಂದ ಅವಳನ್ನು ವೇದಿಕೆಯ ಮುಂಭಾಗದಲ್ಲಿ ಕುಳ್ಳಿರಿಸಿಕೊಂಡು ನಾನು ನಿರೂಪಣೆ ಮಾಡುತ್ತಿದ್ದೆ... ಕೆನಡಾದಲ್ಲಿ ನಡೆದ ಕನ್ನಡ ಸಮಾವೇಶದವರೆಗೂ! ಅದಕ್ಕೆ "ನೋಡು ಮಮ್ಮಿ, ನಿನ್ನ ಇಂತಹ ಪ್ರಗತಿಗೆ ಪರೋಕ್ಷವಾಗಿ ನಾನೇ ಕಾರಣ" ಎಂದು ಆಗಾಗ ಹೇಳುತ್ತಿದ್ದಳು.

ಪುಸ್ತಕಗಳಿಂದ ಎಷ್ಟು ಕಥೆ ಕೇಳಿದರೂ "ಇನ್ನೊಂದು, ಮಗದೊಂದು ಕಥೆ" ಎಂದು ಕೇಳುತ್ತಿದ್ದಳು. ಅಗ್ಲೇ ತಕ್ಷಣಕ್ಕೆ ಹೊಸ ಕಥೆ ಹೆಣೆದು ಹೇಳುತ್ತಿದ್ದೆ. ಕಥೆ, ಕವನ, ಲೇಖನಗಳ ಬರವಣಿಗೆಯ ಹವ್ಯಾಸ ಇದ್ದರೂ ಸಮಯದ ಅಭಾವ ನನ್ನನ್ನು ತಡೆದಿಟ್ಟಿತ್ತು. ಹದಿನೈದು ವರ್ಷಗಳ ನಂತರ ನಾನು ಕ್ಲಿನಿಕ್‌ಗೆ ವಿದಾಯ ಹೇಳೀ, ಮಗ ಹಾಸ್ಟೆಲ್‌ನಲ್ಲಿ, ಗಂಡ ಪರದೇಶದಲ್ಲಿ ಕೆಲಸಕ್ಕಾಗಿ ಹೊರಗಿದ್ದ ಕಾಲವದು. ಮಗಳು ಮೊದಲ ಪಿಯುಸಿಯಲ್ಲಿ ಓದುತ್ತಿದ್ದಳು. ಸಂಜೆ ಮನೆಯ ನಿಶ್ಶಬ್ದ ವಾತಾವರಣದಿಂದ ನನ್ನ ಬರವಣಿಗೆಗೆ ಪುನರ್ಜೀವ ಪಡೆದುಕೊಂಡಿತು. ಮೊದಲ ಬಾರಿಗೆ ಒಂದು ಕಾದಂಬರಿ ನನ್ನ ಮನದಾಳದಿಂದ ಮೂಡಿ ಬಂತು. ಆದರೆ ಅದರ ತೂಕವನ್ನು ಅಳೆಯುವವರು ಯಾರು? ನನ್ನ ಮಗಳೇ! ಅವಳಿಗೆ ಓದಿನಿಂದ ಸ್ವಲ್ಪ ಬಿಡುವು ಸಿಕ್ಕ ಸುಳಿವು ಸಿಕ್ಕ ಕೂಡಲೆ ಸ್ವಲ್ಪ ಅಳುಕಿನಿಂದ ಹೇಳಿದೆ, "ಚಿನ್ನು, ನಾನು ಒಂದು ಕಥೆ ಬರೆದಿದ್ದೇನೆ. ಮೊದಲು ಚಿಕ್ಕ ಕಥೆಗಳು ಪ್ರಕಟವಾಗಿದ್ದವು. ಆದರೆ ಹವ್ಯಾಸ ಮುಂದುವರಿಸಲಿಲ್ಲ. ಈಗ ಮತ್ತೆ ಆರಂಭಿಸಿದ್ದೇನೆ. ಕೇಳ್ತೀಯಾ? " ಅವಳಿಗೆ ಆಶ್ಚರ್ಯವಾಯಿತು. "ಗುಡ್, ಆಯ್ತು. ಹೇಳು ನೋಡ್ತೋಣ" ಎಂದಳು. ಮೊದಲೇ ಚಿಕ್ಕ ವಯಸ್ಸಿನಲ್ಲಿ ಕಥೆಗಳ ವಿಮರ್ಶೆ ಮಾಡುತ್ತಿದ್ದವಳು! ಈಗ ಕೇಳಬೇಕೇ? ಎಂದುಕೊಂಡರೂ, ಅವಳಂತಹ ವಿಮರ್ಶೆ ಮಾಡುವವರೆ ಬೇಕಾಗಿದ್ದರಿಂದ ಹೇಳಲು ನಿರ್ಧರಿಸಿದೆ.

ನನ್ನ ವೈದ್ಯಕೀಯ ಸಮ್ಮೇಳನಗಳ ಪ್ರಸ್ತುತಿಗಳನ್ನು ಕೂಡ ಅವಳ ಮುಂದೆ ಅಭ್ಯಾಸ ಮಾಡುತ್ತಿದ್ದೆ. ಎಷ್ಟು ಅರ್ಥವಾಗುತ್ತಿತ್ತೋ ಗೊತ್ತಿಲ್ಲ. ಆದರೆ ದೊಡ್ಡ ತೀರ್ಪುಗಾರ್ತಿಯಂತೆ ಕುಳಿತು ಪ್ರಸ್ತುತಿಯ ಶೈಲಿಯ ಬಗ್ಗೆ ಅಮೂಲ್ಯವಾದ ಅಭಿಪ್ರಾಯಗಳನ್ನು ನೀಡುತ್ತಿದ್ದಳು. ನನ್ನ ಪ್ರಸ್ತುತಿಗಳಿಗೆ ಪ್ರಶಸ್ತಿ ಬರಲು ಅವಳ 'ಗುರು' ಪಾತ್ರವೂ ಇದ್ದಿತು.

ನನ್ನ ಎದುರಿಗೆ ಕುಳಿತು "ಹೂಂ, ಶುರು ಮಾಡು" ಎಂದಳು. ಮಗಳು ಒಂದೇ ಚೂರೂ ಅಲ್ಲಾಡದೆ ಕೇಳುತ್ತಾ ಕುಳಿತಳು. ಬರೆದಿದ್ದ ಅರ್ಧ ಕಥೆ ಹೇಳಿ , ನಿಲ್ಲಿಸಿ ಅವಳತ್ತ ನೋಡಿದೆ. ಅವಳು ಕಣ್ಣು ಬಿಟ್ಟುಕೊಂಡು "ಮುಂದೆ..." ಎಂದಳು.

"ಸದ್ಯಕ್ಕೆ ಇಷ್ಟೇ ಬರೆದಿದ್ದೇನೆ" ಎಂದೆ.

"ಓಕೆ. ಯಾವಾಗ ಪೂರ್ಣ ಮಾಡ್ತೀಯ?" ಎಂದಳು.

"ಗೊತ್ತಿಲ್ಲ ಚಿನ್ನು, ಬಹುಶಃ ಒಂದು ವಾರದಲ್ಲಿ. ಇದುವರೆಗೆ ಹೇಗಿತ್ತು?" ಎಂದು ಆತಂಕದಿಂದ ಕೇಳಿದೆ.

ಅವಳು ಹೇಳಿದಳು, “ಡಿಫರೆಂಟ್ ಆಗಿತ್ತು.” ರಾತ್ರಿ ಗಡಿಯಾರ ನೋಡಿದಾಗ ೧೧.೪೫ ಆಗಿತ್ತು! ಮತ್ತೆರಡು ದಿನಗಳಲ್ಲಿ ಉಳಿದ ಕಥೆ ಮುಗಿಸಿ ಕಂಪ್ಯೂಟರ್‌ನಲ್ಲಿ ಟೈಪ್ ಮಾಡುವಷ್ಟರಲ್ಲಿ ರಾತ್ರಿ ೧೨ ಆಯಿತು. ಅವಳಿಗೆ ಹೇಳಬೇಕೆಂಬ ಆಸೆ. “ಚಿನ್ನು, ಕಥೆ ಮುಗಿಸಿದೆ” ಎಂದೆ.

ಅವಳು ತನ್ನ ಮೇಲ್ಮಹಡಿಯ ಕೊಠಡಿಗೆ ಹೋಗುತ್ತಿದ್ದವಳು ಇಳಿದು ಬಂದು “ಸರಿ ಹೇಳು” ಎಂದಳು.

“ನಿನಗೆ ಲೇಟ್ ಆಗುತ್ತದೆ ಅಲ್ವಾ?” ಎಂದೆ.

“ಪರವಾಗಿಲ್ಲ, ಹೇಳು. ಏನಾಯಿತು ಅಂತ ನನಗೆ ತಿಳಿದುಕೊಳ್ಳಬೇಕು ಅಲ್ವಾ?” ಎಂದಳು.

೨೦ ನಿಮಿಷದಲ್ಲಿ ಹೇಳಿ ಮುಗಿಸಿದ ಮೇಲೆ ಅವಳು ಹೇಳಿದ ಮಾತುಗಳು ನನಗೆ ಮರೆಯಲಾಗದವು,

“ಮಮ್ಮಿ, ನೀನು ಇಷ್ಟು ಚೆನ್ನಾಗಿ ಬರೆಯಬಲ್ಲೆ ಎಂದು ಗೊತ್ತಿರಲಿಲ್ಲ. ನಿಜಕ್ಕೂ ಅದ್ಭುತವಾಗಿದೆ. ಸಿನಿಮಾ ನಿರ್ಮಾಣ ಮಾಡ್ತಿದ್ದಾರೆಲ್ಲಾ ನಿನ್ನ ಸ್ನೇಹಿತರಿಗೆ ಹೇಳಿದರೆ, ಅವರು ಮಾಡುತ್ತಿರುವ ಎಲ್ಲಾ ಸಿನಿಮಾಗಳನ್ನು ನಿಲ್ಲಿಸಿಯಾದರೂ ಇದನ್ನು ಕೈಗೆತ್ತಿಕೊಳ್ಳುತ್ತಾರೆ. ಒಳ್ಳೆಯ ಅಭಿರುಚಿ ಇರುವವರು ಇದನ್ನು ಬಿಡುವುದೇ ಇಲ್ಲ.” ನನಗೆ ಆಶ್ಚರ್ಯವಾಯಿತು. ಯಾವ ಕಥೆಯಲ್ಲಾದರೂ ದೋಷ ಹುಡುಕುವ ನನ್ನ ಮಗಳು ಈ ಬಾರಿ ಒಂದೂ ವ್ಯಂಗ್ಯದ ಮಾತು ಹೇಳಲಿಲ್ಲ!

ಮರುದಿನ ಕೇಳಿದಳು , “ ನಿನ್ ಫ್ರೆಂಡ್ಸ್‌ಗೆ ಕತೆ ಹೇಳಿದ್ಯಾ?”

“ಇಲ್ಲ ಚಿನ್ನು, ಹೇಗೆ ಹೇಳುವುದು ಎಂದು ಯೋಚಿಸುತ್ತಿದ್ದೇನೆ” ಎಂದೆ.

ಅವಳು ತಕ್ಷಣ , “ನಾನು ಹೇಳಿದ ಮೇಲೆ ಮುಗಿತು. ತಗೋ ಫೋನ್ ಮಾಡು” ಎಂದು ಉತ್ತೇಜಿಸಿದಳು. ಹೀಗೆ ನಮ್ಮ ಮನೆಯ ಚಿಕ್ಕ ವಿಮರ್ಶಕಿಯ ಅನುಮೋದನೆ ಸಿಕ್ಕಿತು. ಅವಳ ಸಲಹೆಯಂತೆ ಕಥೆ ನಿರೂಪಿಸಿದಾಗ, ನನ್ನ ಸ್ನೇಹಿತರಿಂದ ಹಿಡಿದು ಸಿನಿಮಾ ರಂಗದ ದಿಗ್ಗಜ ನಿರ್ದೇಶಕರೂ ಒಪ್ಪಿಕೊಂಡರು. ಒಂದು ದಿನ ಸಿನಿಮಾ ಮೂಡಿ ಬಂದರೂ ಅದರ ಶ್ರೇಯಸ್ಸಿನ ಬಹುಪಾಲು ನನ್ನ ಮಗಳಿಗೆ ಸೇರಬೇಕು. ಹಿರಿಯರು ಹೇಳುತ್ತಾರೆ — ತಾಯಿಯೇ ಮೊದಲ ಗುರು ಎಂದು. ಆದರೆ

ನನ್ನ ಪಾಲಿಗೆ ಅನೇಕ ವಿಷಯಗಳಲ್ಲಿ ನನ್ನ ಕಂದಮ್ಮನೇ ಗುರು ಆಗಿರುವುದು ಮಾತ್ರ **ವಾಸ್ತವಿಕ ಸತ್ಯ**!

****

ಅಧ್ಯಾಯ ೨೯

"ಪೆನ್ನಿ ಪೆನ್ನಿ! ಪೆನ್ನಿ ಪಿನ್ನಿ!"

ಮಕ್ಕಳಿಗೆ ಚಿಕ್ಕ ವಯಸ್ಸಿನಿಂದಲೇ ಹಣದ ಮೌಲ್ಯ ತಿಳಿಸುವುದೂ ಶಿಕ್ಷಣದಷ್ಟೇ ಮುಖ್ಯ. ನಾನು ಸ್ವತಃ ಪ್ರತಿಯೊಂದು ಪೈಸೆಯ ಮೌಲ್ಯ ಅರಿತವಳು ("ಜಿಪುಣಿ" ಎಂದು ಕರೆಸಿಕೊಂಡರೂ ನನಗೆ ಬೇಸರವಿಲ್ಲ!). ಹೀಗಾಗಿ ನನ್ನ ಬಗ್ಗೆ ಮಕ್ಕಳು ಬೇಗನೆ ಅರಿತ ಸಂಗತಿ ಏನೆಂದರೆ – ಯಾವುದೇ ಕಾರಣಕ್ಕೂ ಅಮ್ಮನಿಂದ ಸುಮ್ಮನೆ ಹಣ ತೆಗೆದುಕೊಳ್ಳಲು ಆಗುವುದಿಲ್ಲ!

ಯಾವ ಅಂಗಡಿಗೆ ಹೋಗುವ ಮೊದಲು ಪೂರ್ವಸಿದ್ಧತೆಯಂತೆ ನನ್ನ ಮಗಳಿಗೆ ಹೇಳುತ್ತಿದ್ದೆ –
"ನೋಡು ಚಿನ್ನು, ಈ ಅಂಗಡಿಗಳಲ್ಲಿ ನಿಮ್ಮಂತ ಪುಟ್ಟ ಮಕ್ಕಳಿಗೆ ಆಸೆ ಹುಟ್ಟಿಸಲು ಹಲವಾರು ವಸ್ತುಗಳನ್ನು ಇಡುತ್ತಾರೆ. ಆದರೆ ಅವುಗಳ ಬೆಲೆ ಸರಿಯಾದದ್ದಾಗಿರದೇ ಇರಬಹುದು. ಮಕ್ಕಳು ಹಠ ಮಾಡಿ ತೆಗೆದುಕೊಳ್ಳಲಿ ಎಂಬುದೇ ಅವರ ಉದ್ದೇಶ. ನನ್ನ ಬಳಿ ಈಗ ಕೇವಲ ಮೂರು ನೂರು ರೂಪಾಯಿ ಮಾತ್ರ ಇದೆ. ನೀನು ಅಂಗಡಿಯವನ ಮುಂದೆ ಹಠ ಮಾಡಿದರೆ ನನಗೆ ಅವಮಾನವಾಗುತ್ತದೆ. ಏನಾದರೂ ಬೇಕೆನಿಸಿದರೆ ಮೊದಲು ನನಗೆ ಹೇಳು." ಹೀಗೆ ಮುಂಚೆಯೇ ಹೇಳಿಕೊಂಡು ಹೋಗುತ್ತಿದ್ದೆ. ಆದರೆ ಕೆಲವೊಮ್ಮೆ ಅದೇ ನನ್ನಿಗೆ ಕಷ್ಟವಾಗುತ್ತಿತ್ತು. ಏಕೆಂದರೆ ಅಂಗಡಿಯವನ ಎದುರೇ ಅವಳು ಒಂದು ವಸ್ತುವನ್ನು ತೋರಿಸಿ......
"ಮಮ್ಮಿ, ಇದು ಎರಡು ನೂರು ರೂಪಾಯಿ ಅಂತಾರೆ. **Not worth it right?** (ಯೋಗ್ಯವಾದ ದರ ಅಲ್ಲ ಅಲ್ವಾ?)" ಎಂದು ಎಲ್ಲರ ಎದುರೇ ಕೇಳುತ್ತಿದ್ದಳು! ಆಗ ನನಗೆ ಏನು ಹೇಳಬೇಕು ಎಂಬುದು ಗೊತ್ತಾಗದೆ ಸ್ವಲ್ಪ ಸಂಕೋಚವಾಗುತ್ತಿತ್ತು.

ಹಣದ ಮೌಲ್ಯವನ್ನು ಅವಳು ಚೆನ್ನಾಗಿ ಅರಿತಿದ್ದಳು. ಶಾಲೆಯ ಕಾರ್ಯಕ್ರಮಗಳಿಗೆ ಹೋಗುವಾಗ ಖರ್ಚು ಮಾಡಲು ಕೊಡುತ್ತಿದ್ದ ಎರಡು ನೂರು ರೂಪಾಯಿಗಳಲ್ಲಿ ಕೇವಲ ಹತ್ತು-ಹದಿನೈದು ರೂಪಾಯಿ ಮಾತ್ರ ಖರ್ಚು ಮಾಡಿ ಉಳಿದ ಹಣವನ್ನು ಹಿಂದಿರುಗಿಸುತ್ತಿದ್ದಳು. ಒಮ್ಮೆ ಅವಳು ಹತ್ತನೇ ತರಗತಿಯಲ್ಲಿ ಇದ್ದಾಗ ಮೊದಲ ಬಾರಿಗೆ ನಮ್ಮನ್ನು ಬಿಟ್ಟು ಶಾಲಾ ಪ್ರವಾಸಕ್ಕೆ ಹೋದಳು. ಅದು ಗೋವಾ ಟ್ರಿಪ್! ಅಲ್ಲಿ ಹೋಗುವಾಗ ಎಲ್ಲರಿಗೂ ಏನಾದರೂ ತರಬೇಕು ಎಂಬ ಉತ್ಸಾಹದಲ್ಲಿ ತನ್ನ ಅಪ್ಪ ಮತ್ತು ಅಣ್ಣನಿಗೆ ಏನು ಬೇಕೆಂದು ಕೇಳಿಕೊಂಡು

ಹೋಗಿದ್ದಳು. ಅಪ್ಪನಿಗೆ ಒಂದು ಹ್ಯಾಟ್, ನನಗೆ ಒಂದು ಬ್ಯಾಗ್ ತೆಗೆದುಕೊಂಡು ಬಂದಳು. ಆದರೆ ಅಣ್ಣನಿಗೆ ಬೇಕಿದ್ದ ವಸ್ತು ಅವಳ ಬಜೆಟ್‌ಗೆ ಮೀರಿದದ್ದರಿಂದ ಅಂಗಡಿಗಳಲ್ಲಿ ತುಂಬಾ ಸುತ್ತಾಡಬೇಕಾಯಿತು. ಕೊನೆಗೆ ಗೆಳತಿಯ ಸಹಾಯ ಕೇಳಿದಾಗ ಗೊತ್ತಾಯಿತು – ಅಣ್ಣ ಅವಳನ್ನು ಆಟವಾಡಿಸಲು "ಪೆನ್ನಿ" ಎಂಬ ಪಾನೀಯವನ್ನು ಕೇಳಿದ್ದಾನೆಂದು! ಆದರೆ, ಅವಳು ಅದನ್ನು "ಪರ್ಫ್ಯೂಮ್" ಎಂದು ಭಾವಿಸಿ ಹುಡುಕುತ್ತಾ ತಿರುಗಿದ್ದಳು. ಆ ಸಂಗತಿ ಗೊತ್ತಾದ ಮೇಲೆ ಅವಳ ಅಣ್ಣ, ಬಿದು ಬಿದ್ದು ನಗುವ ಈಗಲೂ! ಆದರೆ, ಕೈಲಿರೊ ಹಣ ಪಿನ್ನಿನಂತೆ ಅಂತ ಹೇಳ್ತಾ..ಅದನ್ನು ಜೋಪಾನವಾಗಿ ಖರ್ಚು ಮಾಡೊ ಅವಳ ಕಂಡು ನನಗಂತು ಅಭಿಮಾನ!!

****

ಅಧ್ಯಾಯ ೨೦

“ಸುರಕ್ಷಾ ಡ್ರೈವರ್”!!

ಅದಾದ ನಂತರ ಕಾಲೇಜಿನ ದಿನಗಳು ಆರಂಭವಾದವು. ಆದರೆ, ನನ್ನ ಮೇಲೆ ಅವಲಂಬಿತಳಾಗಿದ್ದ ನನ್ನ ಮಗಳನ್ನು ದೂರದ ಕಾಲೇಜಿಗೆ ಸೇರಿಸುವ ವಿಷಯದಲ್ಲಿ ಅವಳ ಅಪ್ಪ ಅಸಮ್ಮತಿ ತೋರಿಸಿದ್ದಕ್ಕೆ, ತನಗೆ ಸೀಟ್ ಸಿಕ್ಕಿದರೂ ಮೆಚ್ಚಿನ ಕಾಲೇಜನ್ನು ಬಿಟ್ಟು ನನ್ನ ಆಸ್ಪತ್ರೆಗೆ ಹತ್ತಿರದಲ್ಲಿದ್ದ ಕಾಲೇಜಿಗೆ ಒಲ್ಲದ ಮನಸಿಂದ ಸೇರಿಕೊಂಡಳು, ಒಂದು ಕಂಡೀಷನ್ ಮೇಲೆ... “ಮಮ್ಮೀನೇ ಪ್ರತಿದಿನ ಕಾರಿನಲ್ಲಿ ಕಾಲೇಜಿಗೆ ಕರೆದುಕೊಂಡು ಹೋಗಿ ಮತ್ತೆ ಕರೆದುಕೊಂಡು ಬರಬೇಕು!” ಸರಿ ಅಂದಿನಿಂದ ಶುರುವಾಯ್ತು ನನಗೆ ಎರಡು ವರ್ಷಗಳ ವನವಾಸ!

ಬೆಳಗ್ಗೆ ಬೇಗ ಎದ್ದು ರೆಡಿಯಾಗ್ಬೇಕು, ಬೆಂಗಳೂರಿನ ಬಿಗಿ ವಾಹನ ಸಂದಣಿಯಲ್ಲೂ ಸರಿಯಾದ ವೇಳೆಗೆ ಅವಳನ್ನು ಕಾಲೇಜಿಗೆ ತಲುಪಿಸ್ಬೇಕು., ಮತ್ತೆ ಬೇಗ ಹೊರಟು ಪಿಕ್ ಮಾಡ್ಬೇಕು. ಇಲ್ಲಾಂದ್ರೆ, ... ಅವಳೇನು ಆಕ್ಷೇಪಣೆ ಎತ್ತುತ್ತಿರಲಿಲ್ಲ, ಆದ್ರೆ, ನನ್ನ ಗಂಡನಿಂದ ಕೇಳಬೇಕಾಗ್ತಿತ್ತು. ಯಾಕೆ ಮಗಳನ್ನು ರಸ್ತೆ ಬದಿಯಲ್ಲಿ ಕಾಯುತ್ತಾ ನಿಲ್ಲಲು ಅವಕಾಶ ಮಾಡಕೊಡ್ತೀ? ಬೇಗ ಹೋಗಲಿಕ್ಕೇನು ನಿಂಗೆ? ಹೀಗೆ.. ಎಷ್ಟರಮಟ್ಟಿಗೆಂದ್ರೆ, ಗಡಿಯಾರದ ಮುಳ್ಳಿನ ಮೇಲೆ ನನ್ನ ನಿತ್ಯದ ಬದುಕು ನಿಂತಿದೆಯಲ್ಲಪ್ಪ ದೇವಾ ಅನಿಸುವಷ್ಟು? ಎಷ್ಟೇ ಪ್ರಯತ್ನ ಪಟ್ಟರೂ, ಆಸ್ಪತ್ರೆಯ ಕೆಲಸದಲ್ಲಿ ಕೆಲವೊಮ್ಮೆ ವಿಳಂಬವಾಗುತ್ತಿತ್ತು. ಆಗೆಲ್ಲಾ, ನನ್ನ ಕೂಸು ಅದನ್ನು ಅಡ್ಜಸ್ಟ್ ಮಾಡ್ಕೊಳ್ತಿತ್ತು. ಆದರೆ, ಒಂದು ದಿನವೂ ಬಿಡದೆ ಎಕ್ಸ್ ಟ್ರಾ ಡ್ಯೂಟಿ ಮಾಡೊದು ಸುಲಭವಲ್ವಲ್ಲಾ. ಯಾವುದೊ emergency (ತುರ್ತು)ಇದಾಗಲೆಲ್ಲಾ ಅವಳು ರಸ್ತೆಯ ಬದಿಯಲ್ಲಿ ನನ್ನಾಗಿ ಕಾಯಬೇಕಾದ ಪರಿಸ್ಥಿತಿ ಬರುತ್ತಿತ್ತು. ಅದಕ್ಕೆ ಪರ್ಯಾಯ ವ್ಯವಸ್ಥೆಯಾಗಿ, ಅಲ್ಲಿಯೆ ಸ್ವಲ್ಪ ದೂರದಲ್ಲಿದ್ದ ಪರಿಚಯದವರ ಮನೆಗೆ ನಡೆದುಕೊಂಡು ಹೋಗೆಂದು, ಕೆಲಸ ಮುಗಿದ ಮೇಲೆ ನಾನು ಬಂದು ಕರೆದುಕೊಂಡು ಹೋಗುತ್ತೇನೆ ಎಂದು ಪುಸಲಾಯಿಸಿದ್ದೆ. ಆದ್ರೆ, ತುಂಬಾ ದಿನಗಳು ಅದು ನಡೆಯಲಿಲ್ಲ. ಯಾಕಂದ್ರೆ, ಬಹಳ ಸೂಕ್ಷ್ಮ ಜೀವಿ ನನ್ ಮಗಳು ಅದ್ಯಾಕೊ ಇನ್ಮುಂದೆ ನಾನ್ಯಾರ ಮನೆಗೂ ಹೋಗೊಲ್ಲ ಅಂದಳು. ಸರಿ ಮುಂದೇನು? ಆಟೊದಲ್ಲಿ ಸ್ವತಂತ್ರವಾಗಿ ಓಡಾಡೊದನ್ನ ಕಲಿಸುವ ಸಮಯವಾಯ್ತು ಎಂದು ನಿರ್ಧರಿಸಿ ಎರಡು ದಿನ ಟ್ರೈನಿಂಗ್ ಕೊಟ್ಟೆ. ಅಂತೂ ಮಗಳನ್ನು ಪರಾವಲಂಬನೆಯಿಂದ ಬಿಡಿಸಿಬಿಟ್ಟೆ ಎಂದು ಹೆಮ್ಮೆಯಿಂದ ಬೀಗಿದೆ. ಕೆಲವು ದಿನಗಳು ಮಾತ್ರ! ನನ್ನ ಪತಿರಾಯ ಮಗಳನ್ನು ಆಟೊದಲ್ಲಿ

ಕಳುಹಿಸೋದು ಎಷ್ಟು ಸುರಕ್ಷಾ? ಅಂತ ತಲೆಗೆ ಹುಳ ಬಿಟ್ಟು ನೆಮ್ಮದಿಗೆಡಿಸಿದ ಮೇಲೆ ಮತ್ತದೇ ಗಡಿಬಿಡಿಯ ಜೀವನ ಶುರುವಾಯ್ತು.

ಆದರೂ, ಕಡೆ ಪಕ್ಷ ಎಮೆರ್ಜೆನ್ಸಿಯಲ್ಲಾದ್ರೂ ಒಬ್ಬಳೆ ಓಡಾಡುವಷ್ಟರ ಮಟ್ಟಿಗೆ ಮಗಳು ಬೆಳೆದು ನಿಂತಳು. ಎರಡು ವರ್ಷಗಳಂತೂ ಸುರಕ್ಷಾ ಡ್ರೈವರ್ ಕೆಲಸ ನಂದಾಗಿತ್ತು. ಅವಳಿಗೆ ಎಲ್ಲ ಮಾತುಗಳನ್ನು ಕಾರಿನ ಪಯಣದ ದಾರಿಯುದ್ದಕ್ಕೂ ಉಗುಳಿ ಮುಗಿಸಲಿಕ್ಕೆ ಸಿಕ್ಕ ಸಮಯವಿದ್ದಂತಿತ್ತು.

****

ಅಧ್ಯಾಯ ೩೧

"ಅರ್ಹತೆ"

ನಾನೊಂದು ತರ ವಿಚಿತ್ರ ಯಾಕಂದ್ರೆ, ನನಗೆ ಓದುವುದಕ್ಕಿಂತ ಬರೆಯೋಕೆ ಹುಚ್ಚು. ನನಗನಿಸಿದ್ವನ್ನ ಯಾರದೇ ಪ್ರಭಾವಕ್ಕೊಳಗಾಗದೆ ಬರೆಯೋ ಹಂಬಲ. ಹಾಗಾಗಿ ಸುಮಾರು ನೂರಕ್ಕೂ ಹೆಚ್ಚು ಕವಿತೆಗಳನ್ನು ಬರೆದು ಪ್ರಕಟಿಸುವ ಆಸೆ ಇತ್ತು. ಅದಕ್ಕಾಗಿ ಪ್ರಸ್ತಾವನೆ ನುಡಿಗಳನ್ನು ಬರೆದುಕೊಡುವಂತೆ ನನಗೆ ಬಹಳ ಗೌರವಪೂರ್ವಕವಾಗಿ ತುಂಬಾ ಮೆಚ್ಚಿಕೊಂಡಿದ್ದ ಒಬ್ಬ ಖ್ಯಾತ ಲೇಖಕರಲ್ಲಿ ಮನವಿ ಮಾಡಿಕೊಂಡಿದ್ದೆನು. ಆ ಲೇಖಕರು ಇದೇ ವಿಷಯವಾಗಿ ಫೋನ್ ಮಾಡುವಂತೆ ಹೇಳಿದ್ದರು. ಅಂತೆಯೇ ಅವರಿಗೆ ಕರೆ ಮಾಡಿದೆ. ಅವರು ನನಗೆ ಹೇಳಿದ್ದಿಷ್ಟೇ..

"ನೀವು ಬರೆಯಬೇಕೆಂದಿದ್ದರೆ.. ಮೊದಲು ನೂರಾರು ಲೇಖಕರ ಪುಸ್ತಕಗಳನ್ನು ಓದಿರಬೇಕು. ನಿಮ್ಮ ಕಪಾಟಿನಲ್ಲಿ ಎಲ್ಲ ಲೇಖಕರ ಪುಸ್ತಕಗಳಿರಬೇಕು.. ಅವನ್ನೆಲ್ಲ ಒಮ್ಮೆಯಾದರೂ ನೀವು ಓದಿರಬೇಕು.. ಆಮೇಲೆ ಬರೆಯಬೇಕು..." ಬಡಬಡನೆ ಅವರು ಹೇಳುತ್ತಾ ಹೋದರು. ಕೊನೆಗೆ ನನಗೆ ಅರ್ಥವಾಗಿದ್ದು...

"ನಾನು ಯಾರ ಪುಸ್ತಕವನ್ನೂ ಓದದೆ ಬರೆಯುತ್ತಿರುವುದು ಸರಿಯಲ್ಲ. ಬಹುತೇಕ ಲೇಖಕರ ರಚನೆಗಳನ್ನು ಓದದೆ ನನಗೆ ಯಾವ ಅರ್ಹತೆ ಇದೆ ಎಂದು ನಾನು ಬರೆಯುತ್ತಿದ್ದೇನೆ. ಇದು ಸರಿಯಲ್ಲ. ನನಗೆ ಈಗ ಬರುತ್ತಿರುವ ಆಲೋಚನೆಗಳು ಈಗಾಗಲೇ ಬೇರೆ ಕವಿಗಳಿಗೆ ಬಂದು ಅದು ಪುಸ್ತಕಗಳಲ್ಲಿ ಇಳಿದು ಕುಳಿತಿರಬಹುದು.. ಛೆ.. ಯಾಕಾದರೂ ನಾನ್ ಬರೆಯುತ್ತಿದ್ದೀನಿ.. ಯಾವ ಯೋಗ್ಯತೆ ಇದೆ ಎಂದು ಬರೆಯುತ್ತಿದ್ದೀನಿ.. ಮೊದಲು ನಿಲ್ಲಿಸಬೇಕು. ನನ್ನ ಬುದ್ಧಿ, ಆಗ ಸಂತಸದಲ್ಲಿ ಪುಸ್ತಕದ ಕನಸು ಕಾಣ್ತಿದ್ದ ನನ್ನ ಮನಸಿಗೆ ತರಾಟೆಗೆ ತೆಗೆದುಕೊಳ್ಳಲು ಶುರು ಮಾಡ್ತಾ ಇದ್ದಂತೆ, ಕಣ್ಣುಗಳು ಕನಿಕರ ತೋರುತ್ತಾ ಹನಿಗಳನ್ನು ಸುರಿಸತೊಡಗಿದವು.

ಅಷ್ಟರಲ್ಲಿ ಬಂದ ಹತ್ತನೇ ತರಗತಿ ಓದುತ್ತಿದ್ದ ನನ್ನ ಮಗಳು.. "ಯಾಕೆ ಮಮ್ಮಿ ಅಳ್ತಿದ್ಯಾ?" ಅಂತ ಕೇಳಿದಾಗ... "ಹಾಗೆ ಏನೂ ಇಲ್ಲ" ಎಂದೆ.

"ಹೇ, ಹೇಳೆ ಮಮ್ಮಿ.. ನಂಗೊತ್ತು ನೀನ್ ಅಳ್ತಾ ಇದ್ದೀಯಾ ಅಂತ.. ನಾನ್ ಇದ್ದೀನಿ ಅಲ್ವಾ" ಅಂತ ಗೆಳತಿಯಂತೆ ಕೇಳಲು, ಹೇಳಿಕೊಳ್ಳದೇ ಇರಲು ಆಗಲಿಲ್ಲ.

ಎಲ್ಲವನ್ನು ಸಹನೆಯಿಂದ ಪೂರ್ತಿ ಕೇಳಿಸಿಕೊಂಡ ಅವಳು..
“ನೋಡು ಮಮ್ಮಿ, ಅವರು ಹೇಳಿದ್ದು ಸರಿ... ಓದಬೇಕು. ಆಯ್ತು.. ಒಂದು ಕಪಾಟು ತೆಗೆದುಕೊಡ್ತೀನಿ. ಸುಮಾರು ಇನ್ನೂರು ಅಥವಾ ಮುನ್ನೂರು ಮೇರು ಕವಿಗಳ ಪುಸ್ತಕಗಳನ್ನೆಲ್ಲ ಇಟ್ಟು ಒಂದು ವರ್ಷ ಅಥವಾ ಎರಡು ವರ್ಷ ತೆಗೆದುಕೊಂಡು ಓದು.. ಆಗ ನಿನಗೆ ಅರ್ಹತೆ ಸಿಕ್ಕತ್ತೆ.. ಅಲ್ವಾ? ಹಾಗೆ ಅವರಿಗೆ ಹತ್ತು ಬೇಡ, ಇಪ್ಪತ್ತು ವರ್ಷ ಕೊಡು... ನಿನ್ನಂತೆ ಒಂದೇ ಒಂದು ಕಣ್ಣಿನ ಆಪರೇಷನ್ ಮಾಡಲಿಕ್ಕೆ ಆಗುತ್ತಾ ಕೇಳು. ಎಲ್ಲರ ಅನುಭವ ಬೇರೆ ಬೇರೆ ಇರುತ್ತೆ. ಅದಕ್ಕೆ ತಕ್ಕುದಾಗಿ ಲೇಖನಗಳೋ, ರಚನೆಗಳೋ ಹೊರ ಬರುತ್ತವೆ. ನೀನು ಬರಿ ಮಮ್ಮಿ.. ಅದು ನಿನ್ನ ಅನುಭವಕ್ಕೆ ತಕ್ಕಂತೆ ಅಷ್ಟೇ” ಅಂತ ಅವಳು ಆ ದಿನ ಸಂತೈಸಿದ ರೀತಿಗೆ ನಾನು ದಂಗಾಗಿ ಹೋದೆ.

ಈ ಹುಡುಗಿಗೆ ಇರೋ ಆಲೋಚನೆಗಳು, ಸಾಂತ್ವಾನ ಹೇಳೋ ಶೈಲಿಗೆ ಮಾತ್ರ ಈಗ ನೆನೆದರೆ ಚಪ್ಪಾಳೆ ತಟ್ಟಿ, ಶಿಳ್ಳೆ ಹೊಡೆಯುವ ಮನಸಾಗುತ್ತೆ ನನಗೆ.

****

ಅಧ್ಯಾಯ ೩೨

"ಜೀವನದ ಅನ್ವೇಷಣೆ"

ಅಂತೂ ಇಂತೂ ಪಿ ಯು ಸಿ ಯ ಎರಡು ವರ್ಷಗಳು ಕಳೆದುಹೋಯಿತು. ಯಾವುದೇ ಟ್ಯೂಷನ್‌ಗಳ ಹಾವಳಿಗೆ ಬಲಿಯಾಗದೆ ಒಳ್ಳೆಯ ಅಂಕಗಳನ್ನು ಪಡೆದ ಜಾಣೆ ಸರಿ. ಎಲ್ಲ ಟೀಚರ್‌ಗಳ ಅಭಿಪ್ರಾಯದ ಪ್ರಕಾರ.. ಅವಳು ಬಹಳ ಮೆಲುನುಡಿಯವಳು, ಹೆಚ್ಚು ಮಾತನಾಡದ ಸ್ವಭಾವದವಳು (ನಮಗೆ ಗೊತ್ತು… ಅವಳ ವಾಕ್ಚಾತುರ್ಯ!), ಮೃದುವಾದ ಸ್ವಭಾವದ ಜಾಣೆ. ಅಪ್ಪ, ಅಮ್ಮ, ಅಣ್ಣ—ಎಲ್ಲರೂ ವೈದ್ಯರು. ಹಾಗಾಗಿ ವೈದ್ಯಕೀಯ ಕ್ಷೇತ್ರಕ್ಕೆ ಹೇಳಿ ಮಾಡಿಸಿದಂತಿದ್ದಾಳೆ ಎಂಬುದಾಗಿತ್ತು. ಆದ್ರೆ, ಅವಳಪ್ಪ ಮಾತ್ರ ' ಬೇಡ, ಯಾಕೆ ಅವಳು ಲಾಯರ್ ಆಗ್ಲಿ,ಚೆನ್ನಾಗಿ ಸಂಬಳ ಸಿಗುತ್ತೆ. ವೈದ್ಯರಂತೆ ಹತ್ತಾರು ವರ್ಷ ಓದಿದರೂ ಕೆಲ್ಸದ ಗ್ಯಾರಂಟಿ ಇಲ್ಲ, ಮೊದಲಿನಂತೆ ಡಾಕ್ಟರ್ಸ್ಗೆ ಮರ್ಯಾದೆ ಕೊಡೊ ಕಾಲ ಉಳ್ದಿಲ್ಲ. ಅಷ್ಟ ಓದಿದ ಮೇಲೆ ಹಗಲು ರಾತ್ರಿ ಎನ್ನದೆ ದುಡಿದರೂ ನಾವು ಪಡ್ತಿರೊ ಸುಖ ಅಷ್ಟ್ರಲ್ಲೆ ಇದೆ ಅಂತ ಹೇಳಲು... ಯಾಕೊ ನಾನು ಸಹ ಒಂದು ಕ್ಷಣ ವಿಚಲಿತಳಾದೆ.

ಆದ್ರೆ ನನ್ನ ಮನದಲ್ಲಿದುದು.. ನನ್ನ ಮಗಳಿಗೆ ಲಾಯರ್ ಹುದ್ದೆ ಸರಿಯಾಗೊಲ್ಲವೆಂದು! ಅದಕ್ಕೆ ಕಾರಣವೂ ಇದೆ. ಹೇಳಿ ಕೇಳಿ ಲಾಯರ್ಸುಗಳೆಂದ್ರೆ ಸುಳ್ಳು ಪೋಣಿಸುವಲ್ಲಿ ನಿಪುಣರಿರಬೇಕು ಎಂಬುದು ಒಂದೆಡೆಯಾದ್ರೆ, ವರ್ಷಾನುಗಟ್ಟಲೆ ಕೇಸುಗಳನ್ನು ಜಗ್ಗಾಡೊ ಕೌಶಲ್ಯವಂತರೂ ಆಗಿರ್ಬೇಕು ಎಂಬುದು ಮತ್ತೊಂದೆಡೆ. ಅವೆರಡು ಗುಣಗಳು ನನ್ನ ಮಗಳಲ್ಲಿಲ್ಲ. ಹೀಗೆ ಹೇಳುವಾಗ ಅವಳ ಶಾಲೆಯಲ್ಲಿನ ಒಂದು ಘಟನೆ ಹೇಳಲೇಬೇಕು.

ಒಮ್ಮೆ ಅವಳ ಟೀಚರ್ ಪರೀಕ್ಷೆಯೊಂದರಲ್ಲಿ ತಪ್ಪಾದ ಉತ್ತರಕ್ಕೂ ಅಂಕ ಕೊಟ್ಟಿದ್ದರು. ನೈತಿಕ ಕತೆಗಳ ಬೋಧನೆ ಪ್ರಭಾವದಿಂದ ಹರಿಶ್ಚಂದ್ರನ ತುಣುಕು ನನ್ನ ಮಗಳು ತನ್ನದಲ್ಲದ ಅಂಕಗಳನ್ನು ಹಿಂತಿರುಗಿಸಿದ್ದಳು. ಅದನ್ನು ಬಹಳ ಹೆಮ್ಮೆಯಿಂದ ಮನೆಗೆ ಬಂದು ನನ್ನೊಡನೆ ಹಂಚಿಕೊಳ್ಳುತ್ತಿದ್ದನ್ನು ಕೇಳಿಸಿಕೊಂಡ ನನ್ನ ಮಗ ' ಅಯ್ಯೊ ಗೂಬರ್ಡ್, ತೆಪ್ಪಗೆ ಸಿಕ್ಕಿದ್ದನ್ನ ಇಟ್ಕೊಳ್ಳೊದ್ ಬಿಟ್ಟು ವಾಪಸ್ ಮಾಡಿದ್ಲಂತೆ' ಅಂತ ಹೇಳಿ ನಗಾಡಿದ್ದ. ಆದ್ರೆ ಅವಳು ಮಾತ್ರ ತನ್ನ ಪ್ರಾಮಾಣಿಕತೆಗೆ ತಲೆ ಎತ್ತಿ ನಕ್ಕಳು. ಮರುದಿನವೂ ಹಾಗೆ ಅಗಬೇಕೆ?!! ೧೯ ರ ಬದಲು ೨೦ ಕ್ಕೆ ೨೦. ಅದೂ ಯಾವ ವಿಷಯದಲ್ಲಿ ಅವಳು ಫುಲ್ ಅಂಕಗಳ ತೆಗೆವಲ್ಲಿ ಅದುವರೆಗು ದಾಖಲೆ ಮಾಡಿದ್ದಳೊ ಅದರಲ್ಲಿ!!

ಸಂದಿಗ್ಧತೆಗೆ ಒಳಗಾಗದೆ, ವ್ಯಾಮೋಹಕೆ ಸಿಲುಕದೆ ಮತ್ತೆ ತನ್ನದಲ್ಲದ ಅಂಕಗಳನ್ನು ಹಿಂತಿರುಗಿಸಲು ಹೋದಾಗ ಆ ಟೀಚರ್ ಅವಳ ಪ್ರಾಮಾಣಿಕತೆಗೆ ಮೆಚ್ಚಿ, ಅವಳ ಅಂಕಗಳನ್ನು ಪೂರ್ಣವಾಗಿ ಇಳಿಸದೆ, ಜೊತೆಗೆ "ವೆರಿ ಹಾನೆಸ್ಟ್ ಕಿಡ್" ಅಂತ ಬರೆದು ಕಳುಹಿಸಿದರು. ಇಂದಿಗೂ ಅದನ್ನ ಜೋಪಾನವಾಗಿ ಇಟ್ಟಿದ್ದೀನಿ... ಮುಂದೊಂದು ದಿನ ಅದಕ್ಕೆ ಫ್ರೇಮ್ ಹಾಕಿಸಿ ಗೋಡೆಯ ಮೇಲಿಡುವೆನೆಂಬ ಆಶಯದಿಂದ.

ಯಾವ ಹೋಂ ವರ್ಕನ್ನಾಗಲಿ ಟೈಮ್ ಇದೆ ಅಂತ ವಿಳಂಬ ಮಾಡದೆ ಅಂದಿನ ಕೆಲಸಗಳನ್ನು ಅಂದೆ ಮಾಡಿಡೊ ನನ್ನ ಮಗಳಿಗೆ ಲಾಯರ್ ವೃತ್ತಿಯಲ್ಲಿನ ಅಡ್ವರ್ನ್ಸಗಳನ್ನು ಎದುರಿಸ್ತಾ ಜಿಗುಪ್ಸೆ ಬಂದ್ ಬಿಟ್ರೆ ಅನ್ನೊ ಆತಂಕ ನನ್ನನ್ನು ಕಾಡಿತ್ತು. ಆದ್ರೆ, ಅವಳಪ್ಪ ಅವಳಿಗಿರೊ ಸಾಮಾನ್ಯ , ಸಮಾಜಿಕ, ರಾಜಕೀಯ, ಭೌಗೋಳಿಕ ಜ್ಞಾನದ ಜೊತೆಗೆ ನೈತಿಕತೆಯನ್ನು ಗಣನೆಗೆ ತಗೆದುಕೊಂಡು ವಕೀಲ ಶಿಕ್ಷಣ ಮುಗಿಸಿ ಐ ಏ ಸ್ ಮಾಡ್ಲಿ ಎಂದಾಗ ನನ್ನ ಮನಸು ತುಸು ಓ ಕೆ ಎಂದಿತ್ತು. ಹಾಗಾಗಿ ಅವಳಿಗೆ ಲಾ ಕಾಲೇಜಿನಲ್ಲಿ ದಾಖಲಾತಿ ಮಾಡಿಸಲಾಯ್ತು. ಎರಡೆ ತಿಂಗಳಿಗೆ ಅದಕ್ಕೆ ನಮಸ್ಕಾರ ಹೊಡೆದಳು! ನಡೆದದ್ದಿಷ್ಟೆ... ತಾನೊಬ್ಬ ಲಾಯರ್ ಆಗಿ ಬಡವರಿಗೆ ಕಾನೂನಿನಡಿಯಲ್ಲಿ ನ್ಯಾಯ ಒದಗಿಸೊ ಅದಮ್ಯ ಇಚ್ಚೆ ಹೊಂದಿದ್ದ ಅವಳಿಗೆ ಶಾಕ್ ಕೊಟ್ಟದ್ದು, ಆ ಕಾಲೇಜಿನ ಅವಳ ಮೆಚ್ಚಿನ ಮೇಸ್ತರೊಬ್ಬರು "**"You may not like your clients but you should like their money"**(ಲಾಯರ್ಗಿರಿ ಮೆಚ್ಚಿ ನಿಮ್ಮ ಬಳಿ ಬರುವ ಕಸ್ಟಮರ್ಸ್ ನಿಮಗೆ ಇಷ್ಟವಾಗದೆ ಇರ್ಬೋದು ಆದ್ರೆ, ಅವರ ಹಣ ನಿಮಗೆ ಇಷ್ಟವಾಗಬೇಕು ಅಷ್ಟೆ") ಎಂದಾಗ!! ನಂತರ ಏನು? ಅಷ್ಟರಲ್ಲಿ ಮೆಡಿಕಲ್ ಕೌನ್ಸಿಲಿಂಗ್ ಮುಗಿದಿದ್ದರಿಂದ ಡೆಂಟಲ್ ಕಾಲೇಜಿಗೆ ಸೇರಿಕೊಂಡಳು. ಎಷ್ಟ ಹೇಳಿದರೂ ಕೇಳದೆ, ಅರ್ಧಂಬರ್ಧ ಮನಸಿನ ಓದು ಬೇಡ.. ಒಂದು ವರ್ಷ ಹೋದರೆ ಹೋಗಲಿ.. ಇನ್ನೊಮ್ಮೆ ಎಂಟ್ರೆನ್ಸ್ ಬರೆ ಎಂಬು ನನ್ ಮಾತ ತಳ್ಳಿ ಹಾಕಿ. ಆದ್ರೆ, ಡೆಂಟಲ್ ವಿದ್ಯಾರ್ಥಿಗಳಿಗೆ ತೋರುತ್ತಿದ್ದ ಮಲತಾಯಿ ಧೋರಣೆಗೆ ಸೋತು ಕೊನೆಗೆ ಮೆಡಿಕಲ್ ಕಾಲೇಜಿಗೆ ಮುಂದಿನ ವರ್ಷ ಸೇರಿಕೊಂಡಳು. ನನ್ನ ಮೊದಲ ಆಯ್ಕೆಗೆ ಹ್ಞೂಂ ಅಂದದ್ದು ಒಂದೆಡೆ ಖಷಿ, ಅದಕ್ಕಾಗಿ ಸಾಕಷ್ಟು ಸರ್ಕಸ್ ಮಾಡಿಸಿದ್ದಕ್ಕೆ ಮತ್ತೊಂದೆಡೆ ಬೇಸರ! ಆದದ್ದಾಯ್ತು... ಒಟ್ಟನಲ್ಲಿ, ಜೀವನದ ಬೇರೆ ಬೇರೆ ಕ್ಷೇತ್ರಗಳನ್ನೂ ವೀಕ್ಷಿಸಿದ ನಂತರ ತೀರ್ಮಾನ ತೆಗೆದುಕೊಳ್ಳಲು ಬಿಟ್ಟೆ ಎಂಬ ಸಂತೃಪ್ತಿ! ಅಲ್ಲದೆ, ಅವಳಿಗೆ ಮೆಡಿಕಲ್ ಸೀಟು ಸಿಕಿದ್ದಂತು ಬೆಂಗಳೂರಿನ ಪಕ್ಕದೂರಿನಲ್ಲಿ; ಹಾಗಾಗಿ, ಅವಳು ಹಾಸ್ಟೆಲ್ನಲ್ಲಿ ಇರಲೇಕಾದ ಪರಿಸ್ಥಿತಿ. ಬಹುಶಃ ನನ್ನ ಹೊರತಾಗಿ ಇದ್ದು, ಕಷ್ಟ-ಸುಖಗಳನ್ನು, ನೋವು-ನಲಿವುಗಳನ್ನು, ವ್ಯವಸ್ಥೆ-ಅವ್ಯವಸ್ಥೆಗಳನ್ನು ಏಕಾಂಗಿಯಾಗಿ ಎದುರಿಸ್ತಾ, ಬದುಕನ್ನು ಕಲಿವ

ಮತ್ತು ಪರಿಪೂರ್ಣ ವ್ಯಕ್ತಿಯಾಗಿ ವಿಕಸನಗೊಳ್ಳಲು ಒಂದು ಸುವರ್ಣಾವಕಾಶ ಅದಲ್ಲವೆ?!

ಒಟ್ಟಿನಲ್ಲಿ, ಅವಳ ಆಯ್ಕೆ ಮತ್ತು ನನ್ನ ನಿರ್ಧಾರ ಸರಿಯಾಗಿದೆ ಎಂಬುದಕ್ಕೆ ಭವಿಷ್ಯ ಸಾಕ್ಷಿಯಾಗಲಿ ಎಂಬ ಹಾರೈಕೆ ನನ್ನದು.ನಿಮ್ಮ ಹಾರೈಕೆಯು ಬೆರೆಯಲೆಂಬ ಆಶಯದೊಂದಿಗೆ ನಿಮಗೆ ಒಪ್ಪಿಸ್ತಾ ಇದ್ದೀನಿ ಈ ನನ್ನ ಒಡಲಿನ ಗೆಳತಿಯನ್ನು!!

****

ಲೇಖಕರ ಪರಿಚಯ

ಡಾ. ಶಶಿಕಲಾ ಪುಟ್ಟಸ್ವಾಮಿ, ವೃತ್ತಿಯಲ್ಲಿ ವೈದ್ಯೆ ಮತ್ತು ಪ್ರವೃತ್ತಿಯಲ್ಲಿ ಒಬ್ಬ ಬರಹಗಾರ್ತಿ, ಸಾಹಿತ್ಯ ರಚನಗಾರ್ತಿ, ಹಾಡುಗಾರ್ತಿ, ಬ್ಯಾಡ್ಮಿಂಟನ್ ಆಟಗಾರ್ತಿ ಮತ್ತು ನಿರೂಪಕಿ. ಇ ಎಸ್ ಐ ಆಸ್ಪತ್ರೆಯಲ್ಲಿ ನೇತ್ರ ತಜ್ಞೆಯಾಗಿ ಕಾರ್ಯ ನಿರ್ವಹಿಸುತ್ತಿರುವ ಇವರ ಎರಡನೆ ರಚನೆ "ನನ್ನೊಡಲ ಗೆಳತಿ" ಯಾಗಿದ್ದು, ಈಗಾಗಲೆ ಮೊದಲ ರಚನೆ "ಭಾವ ಸಿಂಚನ" ಎಂಬ ಕವನ ಸಂಕಲನ ಪ್ರಕಟಗೊಂಡಿದೆ. "ಭಾವ ಸಿಂಚನ" , ಭಾವಗಳ ಸಿಂಪಡಿಸಿದರೆ "ನನ್ನೊಡಲ ಗೆಳತಿ", ತಾಯಿ ಮತ್ತು ಮಗಳ ನಡುವಿನ ಮತ್ತೆ ಮೆಲಕು ಹಾಕಿಸುವ ಅಳಿಯದ, ಅಲಿಸಲಾರದ ಭಾವನೆ ಮತ್ತು ಬಾಂಧವ್ಯದ ಮೇಳ!

ಲೇಖಕಿಯಿಂದ ರಚಿತವಾದ ಹಲವಾರು ಲೇಖನಗಳು, ಕವಿತೆಗಳು, ಕತೆಗಳು ಕರುನಾಡಿನ ಖ್ಯಾತ ಪತ್ರಿಕೆಗಳಾದ ವಿಜಯ ಕರ್ನಾಟಕ, ಪ್ರಜಾವಾಣಿ, ಮಂಗಳ, ಸುಧಾ, ಕಸ್ತೂರಿ, ತುಷಾರ ಇತ್ಯಾದಿ ಗಳಲ್ಲಿ ಪ್ರಕಟಣೆಗೊಂಡಿವೆ. ಸಾಹಿತ್ಯದ ಎರಡು ಹಾಡುಗಳು ಆಲ್ಬಮ್ ಗೀತೆಗಳಾಗಿ ಯೂ ಟ್ಯೂಬ್ನಲ್ಲಿ ಮೂರು ಲಕ್ಷಕ್ಕೂ ಹೆಚ್ಚಿನ ವೀಕ್ಷಣೆ ಪಡೆದಿವೆ. ಕತೆ, ಚಿತ್ರಕತೆ, ಸಂಭಾಷಣೆ ಒಳಗೊಂಡ ಇವರ ವಿರಚಿತ ಕತೆ ಕನ್ನಡ ಚಲಚಚಿತ್ರಕ್ಕೆ ಸಹ ಆಯ್ಕೆಗೊಂಡಿದೆ.

www.ingramcontent.com/pod-product-compliance
Lightning Source LLC
LaVergne TN
LVHW090333210926
848480LV00004B/1390